நெருப்பு மனிதன்

நெல்சன் மண்டேலா

வல்லிக்கண்ணன்

We Can Books

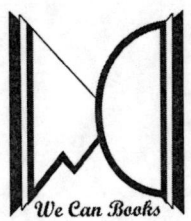

நெருப்பு மனிதன் நெல்சன் மண்டேலா

வல்லிக்கண்ணன்

முதற் பதிப்பு: மே 2025

அட்டை வடிவமைப்பு: தனலட்சுமி விஸ்வநாதன்

வி கேன் புக்ஸ் வெளியீட்டு எண்: 40

(Imprint of WE CAN SHOPPING)

வி கேன் புக்ஸ் (அலுவலகம்)
3A, டாக்டர் ராம் தெரு, நெல்வயல் நகர்,
பெரம்பூர், சென்னை - 600 011.
செல்: 9003267399

வி கேன் புக்ஸ் (Show Room)
Flat No.3 (Ground Floor),
Meenakshi Sundaram Flats
Old Door No.11, New Door No. 33
Sivaji Street, T.Nagar, Chennai - 600 017.
Cell: 9940448599

ISBN: 978-81-968554-1-3

பக்கம்: 88

விலை: ரூ. 100

1

நம் காலத்தின் உலகப் புகழ் பெற்ற மாபெரும் அரசியல் தலைவர்களில் முக்கியமானவர்களுள் நெல்சன் மண்டேலாவும் ஒருவர் ஆவார்.

தனது நாட்டுக்காகவும் மக்களுக்காகவும் தன்னைத் தானே அர்ப்பணித்துக் கொண்டு போராடி, பலவித மான கொடுமைகளுக்கும் ஆட்பட்டு, வெற்றிகண்ட வீரநாயகர் அவர். தென் ஆப்பிரிக்க மக்களின் உரிமைகளுக்காவும் முன்னேற்றத் துக்காகவும் வீரத்துடன் போராடியதால் மண்டேலா இருபத்து ஏழு வருடங்கள் சிறையில் அடைக்கப்பட்டு கொடிய துயரங்களை அனுபவித்தார்.

பின்னர் விடுதலை செய்யப்பட்டு, நாட்டு மக்களின் நன் மதிப்பைப் பெற்ற தலைவரானார். உலக நாடுகளின் வரவேற்பையும் போற்றுதலையும் பெறமுடிந்தது அவரால். அவரது சேவையைப் பாராட்டி அவருக்கு நோபல் பரிசும் வழங்கப்பட்டது.

சரித்திரம் படைத்து, சரித்திரத்தில் நிலையான ஓர் இடத்தைப் பெற்றுள்ள தலைவர் நெல்சன் மண்டேலா, உலகம் போற்றும் உயர்நிலையை அடைவதற்கு இளமை முதலே கடுமையான நீண்ட பாதையில் துணிவோடும்

தன்னம்பிக்கையோடும், ஆற்றல் நிறைந்த உழைப்போடும் அயராது பாடுபட்டுள்ளதை அவரது வரலாறு கூறுகிறது.

நெல்சன் மண்டேலாவின் வாழ்க்கை வரலாறு, தொடர் போராட்டங்களின் பதிவுகளைக் கொண்டது ஆகும். சில சமயம் பின்னடைவுகள் ஏற்பட்டிருப்பினும், புதுப்பிக்கப்பட்ட நம்பிக்கையோடு புத்தெழுச்சி பெற்ற வீரச் சமரின் வரலாறு ஆகும். இறுதியில் நிறைவான வெற்றிகண்ட ஒரு வீரகாவிய மாகும் அது.

2

பொன், வைரம், நிலக்கரி ஆகிய சுரங்கங்கள் நிறைந்த பூமி தென்ஆப்பிரிக்கா.

உலகம் எங்கும் ஆக்கிரமித்து, பலப்பல நாடுகளின் செல்வங்களையும் சுரண்டி, தங்கள் வளங்களைப் பெருக்கிக் கொள்வதை வாழ்க்கை லட்சியமாகக் கொண்டிருந்த வெள்ளையர்கள் தென் ஆப்பிரிக்காவையும் கைப்பற்றினர். ஆங்கிலேயர்களும், பிரெஞ்சுக்காரர்களும் டச்சுக்காரர்களும், ஏனைய பிறரும் அந்த நாட்டை ஆக்கிரமித்தனர். ஆங்கிலப் பேரரசின் பங்கே இதில் அதிகமிருந்தது.

தென் ஆப்பிரிக்கா கறுப்பின மக்கள் வாழும் நாடு. கள்ளங்கபடற்ற உள்ளத்தையும் எளிமையான வாழ்க்கை முறைகளையும் கொண்டிருந்தார்கள் கறுநிற மனிதர்கள். இவர்களே அந்நாட்டில் 80 சதவிகிதம் பூர்வீகக் குடிகளாக வசித்து வந்தார்கள்.

வன்முறையாக அம் மண்ணை ஆக்கிரமித்து

வெள்ளையர்கள் முக்கியமாக ஆங்கிலேயர் நாட்டின் பழங்குடி மக்களை அடிமைப்படுத்தி, அவர்களது நிலங்களைப் பறித்தனர். சுரங்க முதலாளிகள் ஆயினர். கறுப்பர்கள் கூலிகளாக்கப்பட்டார்கள். சொந்த மண்ணில் கறுப்பின மக்கள் அடிமைகளாகி, பல விதமான கொடுமைகளை அனுபவிக்க வேண்டிய நிலை ஏற்பட்டது.

வெள்ளை அரசு 'இன ஒதுக்கல்' கொள்கையைப் புகுத்தியது. அதனால் ஆப்பிரிக்க நாட்டின் கறுப்பின மக்களும், இனக்கலப்பில் பிறந்த ஆசிய நிறத்தவரும் பெரிதும் பாதிக்கப் பட்டார்கள்.

ஆப்பிரிக்கர், அவர்களது சொந்த நாட்டில், ஓர் இடத்திலிருந்து இன்னோர் இடத்துக்குச் சுதந்திரமாகச் செல்ல முடியாது. அப்படிப் போவதற்கு வெள்ளை முதலாளிகளின் அனுமதி பெற்றாக வேண்டும். அதற்கென வழங்கப்படும் 'கடவுச்சீட்டு' (பாஸ்

வைத்திருக்க வேண்டும். கல்வி கற்க அவர்களுக்கு வாய்ப் பளிக்கப்படவில்லை. வாக்குரிமை, கல்வி, பதவி, அதிகாரம் எல்லாம் வெள்ளை நிறத்தவருக்கு மட்டுமே உரியனவாகும்.

இவ்விதம் இழிவுற்ற ஆப்பிரிக்க மக்களின் தன்மானத்தையும் உரிமைகளையும் பாதுகாப்பதற்காகத் தலைவர்கள் தோன்றினார் கள். தனி இயக்கம் அமைத்தார்கள். அமைதி வழியில் போராட்டங்கள் நடத்தினார்கள். மனு, தந்தி, முறையீடு என்ற முறையில் அப் போராட்டங்கள் இருந்தன.

இப்போராட்டங்களைத் தென் ஆப்பிரிக்கத் தேசியக் காங்கிரஸ் என்ற அமைப்பு நடத்தி வந்தது. ஆல்பர்ட் விதுலி என்பவர் அதன் தலைவர். அவர், இந்திய நாட்டின் விடுதலைக் காகப் போராடிய மகாத்மா காந்தியின் வழியைப் பின்பற்றினார். அமைதி முறையில் ஆர்ப்பாட்டம், சட்ட மறுப்பு, ஒத்துழையாமை என்று தென்ஆப்பிரிக்க விடுதலைப் போருக்கு உயிர்ப்பூட்டி வந்தார்.

அதற்கு விளைவு இல்லாமல் போகவில்லை. ஐக்கிய நாடுகள் பேரவை 1960 ஆம் ஆண்டை 'ஆப்பிரிக்க ஆண்டு' என அறிவித் தது.தென் ஆப்பிரிக்க விடுதலை குறித்த உலக நாடுகளின் அக்கறையை இவ் அறிவிப்பு வெளிப்படுத்தியது.

1961 மே மாதம் தென் ஆப்பிரிக்கா குடியரசாக அறிவிக்கப் பட்டது. ஆயினும் பழைய நிலையே தான் நீடித்தது. இனவேறு பாடற்ற மக்கள் குடியரசாக அது இருக்கவில்லை. வெள்ளையர் கள் சுரங்க முதலாளிகளாக நகரங்களில் வசித்தார்கள். கறுப்பின மக்கள் நகரங்களுக்கு வெளியே குடிசைகளில்தான் வசித்தார் கள். அவர்களது அடிமை நிலைமை போய்விடவில்லை.

ஆகவே, ஆல்பர்ட் லிதுலி தலைமையில் மீண்டும் அமைதிப் போர் தொடங்கியது. ஆனால், 1961 டிசம்பரில் சூழ்நிலையில் பெரும் மாறுதல் ஏற்பட்டது.

நெல்சன் மண்டேலா தோற்றுவித்த 'தேசத்தின் ஈட்டி' (ஸ்பியர் ஆஃப் நேஷன்) என்ற அமைப்பு செயலில் இறங்கியது. ளைஞர்கள் ஆயுதம் ஏந்தினர். நகரங்கள், அரசு அலுவலகங்கள், மின் பகிர்வு மையங்கள் போன்ற முக்கிய இடங்களைக் குண்டுகள் வீசித் தகர்த்தார்கள். போராட்டங்கள் வலுப்பெற்றன. புயலெனச் சீற்றம் கொண்டனர் மக்கள். இவ் எழுச்சி காரணமாக மண்டேலா கைதுசெய்யப்பட்டார்.

விசாரணை நடந்தது. 1964 இல் நெல்சன் மண்டேலா ஆயுள் தண்டனை விதிக்கப்பட்டு, சிறையில் அடைக்கப்பட்டார்.

நெருக்கடி நேரத்தில், அரசியல் போராட்டத்தில், திடீரெனத் தலைகாட்டிய 'ஹீரோ' இல்லை நெல்சன் மண்டேலா. அடி நாளிலிருந்தே தன்னைத் தகுதிப்படுத்திக்கொண்டு, திட்ட மிட்டுப் பயின்று தனது திறமைகளை வளர்த்து, மக்களின் நலனுக்காகத் தன்னை அர்ப்பணித்துக் கொண்ட தியாகி அவர்.

3

தென்ஆப்பிரிக்காவின் கிராமம் ஒன்றில், 1918 ஜூலை 18ஆம் நாள் நெல்சன் மண்டேலா பிறந்தார்.

தெம்புலாந்தின் உயர்நிலைக் குழுத்தலைவரின் பிரதான ஆலோசகராக மண்டேலாவின் தந்தை பணியாற்றி வந்தார். அவரது தந்தை இறந்த பின், உயர் குழுத் தலைவர் அவரை வளர்க்கும் பொறுப்பை ஏற்றுக்கொண்டார். தன் வாழ்வில் உயர் பதவி வகிக்கும் தகுதி உடையவராவதற்கு மண்டேலாவுக்குப் போதிய பயிற்சி அளிப்பதில் தலைவர்கவனம் செலுத்தினார்.

ஆனால், ஒரு வழக்குரைஞராக வரவேண்டும் என்றே நெல்சன் மண்டேலா தீர்மானித்தார். அதற்குக் காரணம் உண்டு. தலைவரின் சபையில் நாள்தோறும் பலவிதமான வழக்குகள் விசாரணைக்கு வந்தன. மக்களின் துன்ப துயரங்களை அவ்வழக்கு விசாரணைகள் மூலம் அவர் புரிந்துகொள்ள முடிந்தது. வாழ்வில் துயரப்படும் அத்தகைய ஏழை எளிய மக்களுக்கு உதவுவதற்காக அவர் வழக்குரைஞராக விரும்பினார்.

மேலும், தங்கள் தாய்நாட்டைப் பாதுகாப்பதற்காகவும், தாக்க வந்த எதிரிகளை முறியடிப்பதற்காகவும் அவரது முன்னோர்கள் போர்களில் காட்டிய வீரதீரச் செயல்கள் பற்றிய கதைகளை மண்டேலா அதிகம் கேட்க நேர்ந்தது. அவற்றினால் தாக்கம் பெற்று, தானும் அது போலத் தனது மக்களின் சுதந்திரப் போராட்டத்துக்குத் தன்னால் இயன்றதைச் செய்ய வேண்டும் என்றும் அவர் உள்ளத்தில் ஆசை வளர்த்தார்.

உள்ளூர்ப் பள்ளியில் மண்டேலா தனது ஆரம்பக் கல்வியைப் பயின்றார். பிறகு, அருகில் உள்ள நகரத்தில் அமைந்திருந்த செகண்டரிப் பள்ளிக்கூடத்துக்கு அவர் அனுப்பி வைக்கப் பட்டார். ஓரளவு கீர்த்தி பெற்றிருந்த பள்ளி அது. மண்டேலா மெட்ரிகுலேஷன் தேர்வு முடிய அந்தப் பள்ளியில் பயின்றார்.

அதன்பிறகு, ஃபோர்ட் ஹேர் என்ற இடத்தில் உள்ள யுனிவர் சிட்டி கல்லூரியில், இளங்கலைப் பட்டப்படிப்பில் பயிற்சி பெறுவதற்காக மண்டேலா சேர்ந்தார். அங்கு பயிலும்போது மாணவர் சங்கப் பிரதிநிதியாக அவர் தேர்வு செய்யப் பட்டிருந்தார்.

ஒரு சமயம் மாணவர் மறியல் போராட்டத்தில் சேர்ந்து கொண்டதற்காக, அவர் கல்லூரியிலிருந்து விலக்கப்பட்டார். அப்புறம் மண்டேலா ஜோகன்னஸ்பர்க் நகரம் சென்று தங்கினார்.

அங்கிருந்தவாறு அஞ்சல் வழிக்கல்வி மூலம் பயின்று அவர் தனது இளங்கலைப் பட்டப்படிப்பை நிறைவு செய்தார். தொடர்ந்து எழுத்தர் பணிக்கான பயிற்சிகளை மேற்கொண்டார். 'எல்எல்பி' தேர்வுக்கான படிப்பில் மும்முரமாக ஈடுபட்டார்.

ஜோகன்னஸ்பர்க்கில் தங்கிக் கல்விப் பயிற்சியில்

முனைந் திருந்த நாள்களிலேயே, நெல்சன் மண்டேலா தீவிரமாக அரசியலிலும் ஈடுபட்டிருந்தார். அதற்கு வசதியாக அவர் *1942* இல் ஆப்பிரிக்க தேசியக் காங்கிரசில் உறுப்பினராகிவிட்டார்.

அப்போது இரண்டாவது உலக மகாயுத்தம் நிகழ்ந்து கொண்டிருந்த காலம். ஆப்பிரிக்க தேசிய காங்கிரசைச் சேர்ந்த இளைஞர்கள் சிலர் ஒருங்கிணைந்து தங்களுக்குள் ஒரு குழு அமைத்துக் கொண்டார்கள். ஆன்டன் லெம்பிடே என்ற ஆப்பிரிக்க இளைஞர் அக் குழுவின் தலைவரானார். அறுபது இளைஞர்கள் உறுப்பினர்கள். அவர்களில் மண்டேலாவும் ஒருவர்.

அவர்கள் அனைவரும் விட்வாட்டர்ஸ்ரேண்ட் வட்டாரத்தில் வசித்தவர்கள். ஆப்பிரிக்க தேசிய காங்கிரஸ் அமைப்பை மக்கள் இயக்கமாக மாற்ற வேண்டும் என்பதே அக்குழுவின் நோக்கமாகும்.

ஆப்பிரிக்காவின் நகரங்களிலும், கிராமப்புறங்களிலும் வசித்த லட்சக்கணக்கான உழைப்பாளி மக்களுடன் கலந்து பழக வேண்டும். படிப்பறிவில்லாத தொழிலாளர்கள், மற்றும் கிராமங்களில் வசிக்கும் விவசாயிகள், பல்வேறு தொழில்கள் செய்து வாழும் மக்கள் அனைவரிடமிருந்தும் தேசிய காங்கிரஸ் இயக்க வலுவும் போராட்ட சக்தியும் பெற வேண்டும் என்று அவ் இளைஞர்கள் தீர்மானித்தார்கள்.

ஆப்பிரிக்க தேசிய காங்கிரசின் தலைமை பழமைப் போக்கிலேயே முடங்கிக் கிடக்கிறது; அதன் அரசியல் நடவடிக்கைகள் மரபு ரீதியான தன்மையிலேயே செயலாற்றப் படுகின்றன; அன்றைய அரசாங்கத்துக்கு மனுக்கள் எழுதி அனுப்பிக் கொண்டிருப்பதே

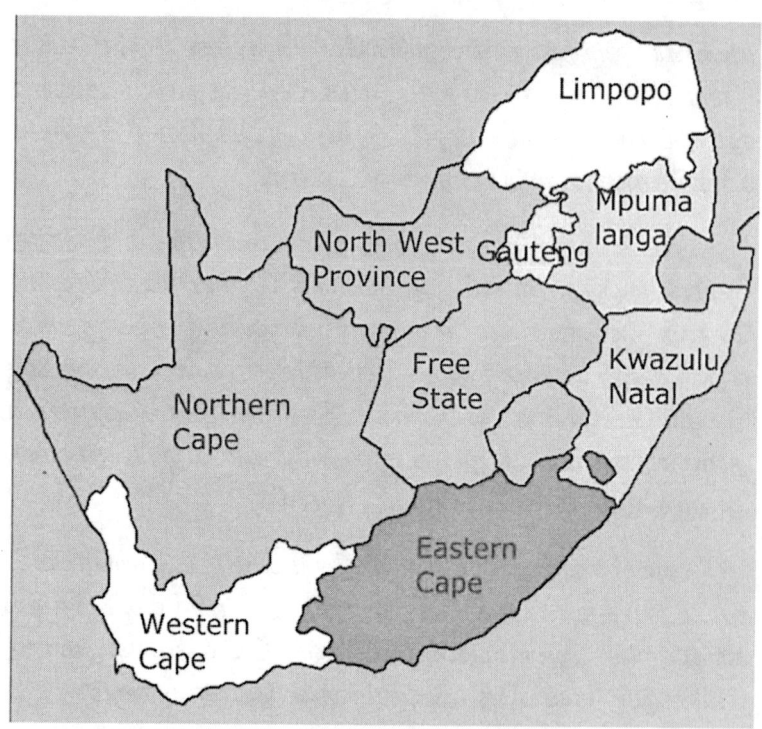

போதுமானது என்று அது கருதுகிறது.

நாடு விடுதலை உணர்வுடன் முன்னேறி வளர்வதற்கு காங்கிரசின் செயல்பாடுகள் தகுந்தனவாக இல்லை. இவையே இளைஞர் அணி முன்வைத்த முக்கிய வாதம் ஆகும்.

'பழமையான பாதுகாவலர்'களுக்கு எதிராக லெம்பிடேயும் அவரது சகாக்களும் தீவிர ஆப்பிரிக்க தேசியம் என்ற கருத்தை முன்வைத்தார்கள்.

தேசியத் தன்னாட்சித் திட்டம் எனும் கொள்கையின் அடிப் படையில் தங்கள் செயல்முறைகளை வகுக்க முனைந்தார்கள். அதற்காக ஆப்பிரிக்க தேசிய காங்கிரஸ் இளைஞர் அணி என்ற பிரிவை அவர்கள் ஏற்படுத்தினார்கள். 1944 செப்டம்பர் மாதம் இந்த

அணிதுவங்கப்பட்டது.

மண்டேலா ஊக்கத்துடனும் சிரத்தையோடும் உழைத்தார். அவரது ஒழுங்குமுறைகளும் திட்டமிட்ட செயல்பாடுகளும் அனைவரின் கவனத்தையும் கவர்ந்தன. சகாக்களின் பாராட்டுதல்களைப் பெற்றன.

எனவே அவர் 1947 இல் இளைஞர் அணியின் செயலாளராகத் தேர்ந்தெடுக்கப்பட்டார். ஓயாத கடும் உழைப்பினாலும், இடைவிடாத பிரசாரத்தாலும் ஆப்பிரிக்க தேசியக் காங்கிரசின் இளைஞர் அணியினர் தேசியக் காங்கிரஸ் உறுப்பினர்களிடை யிலும் தங்களது கொள்கைகளுக்கு ஆதரவு பெறுவது சாத்தியமாயிற்று.

அதன்பயனாக இளைஞர் அணித்தலைவர்கள் இரண்டு பேர் தேசியச் செயற்குழுவில் உறுப்பினர்களாகச் சேர்த்துக் கொள்ளப் பட்டனர். ஆன்டன் லெம்பிடே அவர்களில் ஒருவர்.

இரண்டு ஆண்டுகளுக்குப் பிறகு, இளைஞர் அணித் தலைவர்களில் மற்றுமொருவரும் தேசியச் செயற்குழுவின் உறுப்பினரானார்.

கால ஓட்டத்தில் தேசிய காங்கிரஸ் சில வெற்றிகளைப் பெறமுடிந்தது. 1948இல் வெள்ளையர் நடத்திய தேர்தலில் தேசியக் கட்சி வென்றது. இளைஞர் அணியின் செயல் முறைகளே அதற்கு உதவி புரிந்தன. எனவே, 1949இல் நடைபெற்ற மாநாட்டில், இன ஒதுக்கல் கொள்கையை முறியடிப்பதற்காக, இளைஞர் அணியினர் தனிப்பட்ட திட்டம் ஒன்றை முன்வைத்தனர்.

மறியல், வேலை நிறுத்தம், அமைதியானமுறையில் எதிர்ப்புக் காட்டுதல், ஒத்துழையாமை ஆகியவற்றைப் போராட்ட ஆயுதங்களாகக் கைக்கொள்ள வேண்டும்

என்று அவர்களை வலியுறுத்தினார்கள். இத் திட்டம் ஆப்பிரிக்க தேசிய காங்கிரசின் அதிகார பூர்வமான கொள்கையாக ஏற்றுக்கொள்ளப்பட்டது.

காங்கிரசின் இளைஞர் அணியைச் சேர்ந்த உப குழுவினரால் இச் செயல் திட்டம் தீட்டப்பெற்றது. நெல்சன் மண்டேலாவும் இக் குழுவில் இடம் பெற்றிருந்தார்.

தங்கள் திட்டத்தை உரிய முறையில் செயல்படுத்துவதற்குத் தேவையான மாற்றங்கள் உடனடியாக நடைமுறைப் படுத்தப் பெற்றன. முதியவர்களாகி விட்ட தலைவர்கள் நீக்கப் பட்டார்கள். அவர்களுக்குப் பதிலாக உற்சாகமுள்ள இளைஞர் கள் இடம் பெற்றார்கள்.

இளைஞர் அணியை அமைப்பதற்குக் காரணமாக இருந்த முக்கிய உறுப்பினர்களில் ஒருவர் பொதுக் காரியதரிசி ஆக நியமிக்கப்பட்டார். மிதவாதப் போக்குடைய ஒருவர் அதுவரை கட்சித் தலைவராக இருந்தார். அவர் இடத்தைப் போர்க்குணம் அதிகம் பெற்றிருந்த டாக்டர் ஜே.எஸ். மொரோகா பிடித்துக் கொண்டார்.

1950ஆம் ஆண்டு கூடிய தேசிய மாநாட்டில் மண்டேலா தேசியச் செயற்குழு உறுப்பினராகத் தேர்ந்தெடுக்கப்பட்டார். அனைத்துத் தென் ஆப்பிரிக்க மக்களுக்கும் பூரணமான குடி உரிமை வழங்கப்பட வேண்டும்; பார்லிமெண்டில் தென் ஆப்பிரிக்கர்களுக்கு நேரடிப் பிரதிநிதித்துவம் வேண்டும்.

இக்கோரிக்கைகளை முன்வைத்துப் போராடும் செயல் திட்டத்தை ஆப்பிரிக்க தேசிய காங்கிரஸ்

இளைஞர் அணி வகுத்துக் கொண்டது. இச் செயல்திட்டத்தைத் தயாரிப்பதில் நெல்சன் மண்டேலா முக்கியப் பங்கு வகித்திருந்தார்.

நிலத்தை மக்களிடையே மறுபங்கீடு செய்வது, தொழிற் சங்கம் அமைக்கும் உரிமைகள், கல்வி மற்றும் கலாசாரம் ஆகிய விஷயங்களில் இளைஞர் அணியினர் தீவிர கவனம் செலுத்தினார்கள்.

நாட்டின் குழந்தைகள் அனைவருக்கும் இலவசமாகவும் கட்டாயமாகவும் கல்வி கற்பிக்கப்பட வேண்டும் என்று அவர்கள் வலியுறுத்தினர். வயது வந்தவர்களும் முதியோரும் அவசியம் கல்விப் பயிற்சி பெற வேண்டும் என்றும் அணியினர் கருதினர்.

நாட்டில் நீடித்த அநியாயமான சட்டங்களை எதிர்க்கும் கிளர்ச்சியைத் தேசிய காங்கிரஸ் 1952இல் தொடங்கியது. அப்போது தேசியத் தொண்டர் படைத் தலைவராக மண்டேலா தேர்ந்தெடுக்கப்பட்டார்.

இந்த எதிர்ப்புக் கிளர்ச்சி மக்களின் இயக்கமாகச் செயல் படுத்தப்பட வேண்டும் என்பது கட்சி யினரின் நோக்கமாக இருந்தது.தேர்ந்தெடுக்கப் பெற்ற தொண்டர்களால் தொடங்கப் பெறும் செயல்முறை, மக்களின் மொத்தமான ஆதரவு பெற்ற, அமைதியாக எதிர்ப்புகளை வெளிப்படுத்தும் நடவடிக்கையாக வளர்ந்து பெருக வேண்டும் என்று அவர்கள் தீர்மானித்தார்கள்.

தொண்டர் படைத்தலைவர் என்ற முறையில் மண்டேலா தனது கடமையைச் செய்வதற்காக நாடு நெடுகிலும் பயணம் செய்தார். நீதிமுறையற்ற சட்டங்களை எதிர்த்துப் பிரசாரம் புரிந்தார்.

எதிர்ப்புக் குரல் கொடுப்பதற்கு மக்களைத் திரட்டினார். அமைதியான முறையில் மக்கள் தங்கள் எதிர்ப்பைக் காட்ட வேண்டும் என்பதில் அவர் கருத்தாக இருந்தார்.

ஆயினும் ஆட்சியினர் மண்டேலாவையும், அவரது சகா ஒருவரையும் குற்றம் சாட்டிக் கைது செய்தனர். விசாரணை நடத்தினர். மண்டேலாவும் அவரது சகாவும் எப்போதும் அமைதியாகச் செயல்புரியும்படியே தங்கள் தொண்டர்களுக்கு வழிகாட்டி வந்தனர்; வன்முறைச் செயல்களில் ஈடுபடக்கூடாது என்று கண்டிப்பாகக் கூறியுள்ளனர். இந்த உண்மை விசாரணையின் போது தெளிவாக வெளிப்பட்டது.

இருப்பினும், கம்யூனிசத்தை அடக்கி ஒடுக்கும் சட்டத்தை எதிர்ப்பதில் அவர் தீவிரமுனைப்புக் காட்டினார் என்ற குற்றத்துக் காக மண்டேலாவுக்குச் சிறைத் தண்டனை வழங்கப்பட்டது.

விரைவிலேயே எதிர்ப்பு இயக்கம் முடிவு பெற்றது. சிறைத் தண்டனை மாற்றப்பட்டது. மண்டேலா எவ்விதமான கூட்டங்களிலும் கலந்து கொள்ளக் கூடாது என்று தடைவிதிக்கப் பட்டார். மேலும் ஆறு மாத காலத்துக்கு அவர் ஜோகன்னஸ்பர்க் நகரை விட்டு வெளியே எங்கும் போகக் கூடாது என்ற கட்டுப்பாடும் விதிக்கப்பட்டது.

இந்தக் கட்டுப்பாட்டை மண்டேலா தனக்குச் சாதகமாகப் பயன்படுத்திக் கொண்டார். வக்கீல் தொழிற்பயிற்சிக்கான தேர்வை அவர் எழுதி முடித்தார். வக்கீலாகத் தொழில் புரிவதற்குரிய அனுமதியும் பெற்றார்.

அவர் ஜோகன்னஸ்பர்க்கில், ஆலிவர் டாம்போ என்பவரு டன் கூட்டுச் சேர்ந்து, வக்கீல் தொழில் புரிவதில் ஈடுபட்டார்.

சட்ட எதிர்ப்புப் போராட்டத்தின்போது மண்டேலா ஆற்றிய இணையற்ற சேவைகளுக்கு உரிய பலன் அவருக்குக் கிட்டியது. காங்கிரஸ் இளைஞர் அணியின் தலைவராக அவர் தேர்வு செய்யப்பட்டார்.

1952 இறுதியில் ஆப்பிரிக்க தேசிய காங்கிரசின் டிரான்ஸ்வால் வட்டாரத் தலைவராகவும் அவர் தேர்ந்தெடுக்கப் பெற்றார். இதன் மூலம் தேசிய காங்கிரசின் ஒரு உபதலைவராகவும் ஆனார் அவர்.

வழக்கறிஞர் என்ற தன்மையிலும் நெல்சன் மண்டேலாவும், அவரது கூட்டாளியான ஆலிவர் டாம்போவும் மக்களின் வாழ்க்கைத் துயரங்களை அனுபவ பூர்வமாக நன்கு அறிந்தார்கள். நாள்தோறும் அவர்கள் அலுவலகத்தில் பெரும் கூட்டமாகப் பாதிக்கப்பட்ட மக்கள் திரண்டு வந்து காத்திருந் தார்கள். அரசாங்கத்தின் இன ஒதுக்கல் கொள்கையால் மிகுந்த கொடுமைகளுக்கு ஆளானவர்கள் அவர்கள்.

தென் ஆப்பிரிக்காவில் சொந்த நிலம் இல்லாமல் இருப்பது ஒரு குற்றமாகக் கருதப்பட்டது. தலைமுறை தலைமுறையாகக் குடும்பங்கள் தங்களுக்கென்று சிறுதுண்டு நிலம் வைத்திருந்தார்கள்.

அதில் உழைத்துப் பாடுபட்டு வாழ்ந்தார்கள். இன ஒதுக்கல் அவர்களது நிலங்களை அவர்களிடமிருந்து பறித்துக் கொண்டது. அதை எதிர்த்து வழக்காடுவதற்காக அவர்கள் வழக்கறிஞர்களை நாடினார்கள்.

அவரவர் சொந்த நிலத்திலிருந்து வெளியேற்றப்பட்டவர்கள் வேறு எங்காவது தங்க வேண்டியிருந்தது. அப்போது உரிமை இல்லாத இடத்தில் அவர்கள் தங்கியிருப்பதாகக் குற்றம் சாட்டப்பட்டார்கள். அதை எதிர்த்து வாதாடுவதற்காகவும் மக்கள் வழக்கறிஞர்களைத் தேடி வந்தார்கள்.

அந்தக் காலகட்டத்தில் மண்டேலாவும் அவரது சகாவான ஆலிவர் டாம்போவும் இன ஒதுக்கல் கொள்கையை எதிர்த்துப் போராடுவோராக இருக்கவில்லை. வழக்கறிஞர்கள் என்ற தொழில் முறையிலேயே அவர்கள் மக்களுக்கு உதவிக் கொண்டிருந்தார்கள். அவர்களது உதவியை நாடி வந்த மக்களின் துயரக் கதைகள் வழக்கறிஞர்களின் உள்ளத்தைத் தொட்டன; அவர்களுக்கு உணர்வு விழிப்பு ஏற்படுத்தின.

நீதிமன்றத்தில் நடைபெற்ற வழக்குகளும், சிறைகளில் அவர்கள் சந்தித்து உரையாடிய வாதிகளின் அனுபவங்களும், ஆப்பிரிக்க மக்கள் எவ்வளவு துயரங்களை அனுபவித்துக் கொண்டிருந்தார்கள் என்பதையும், சொந்த நாட்டில் அவர்கள் எத்தகைய அவமானங்களுக்கெல்லாம் ஆளாக்கப்படுகிறார்கள் என்பதையும் உணரச்செய்தன.

தொழில் ரீதியில் சமூகத்தில் மண்டேலா, டாம்போ இருவரது அந்தஸ்து உயர்ந்திருந்தது. ஆயினும் இத் தொழில் அந்தஸ்து அவர்களுக்குப் பாதுகாப்பு அளிக்கக் கூடியதாக இல்லை. கொடுமையான இன ஒதுக்கல் கொள்கை அவர்களையும் தாக்கியது.

அவர்கள் நகர எல்லையினுள் இருந்து தொழில்

நடத்தக்கூடாது என்று சட்டம் அவர்களை விரட்டியது. நகருக்கு வெளியே வெகு தொலைவுக்கு அப்பால் அவர்கள் போய்விட வேண்டும் என்று அதிகார வர்க்கம் ஆணையிட்டது.

அதாவது, வேலை நேரத்தில் மக்கள் வழக்கறிஞர்களை அணுக முடியாத அளவு தூரத்தில் அவர்கள் வசிக்க வேண்டும். என்று வழிகாட்டப்பட்டது. அது அவர்களது வாதிடும் தொழிலை விட்டு விட வேண்டும், நாட்டின் மக்களுக்குச் சட்ட ஆலோசனையும் உதவியும் வழங்குவதை நிறுத்தி விட வேண்டும் என்று வற்புறுத்தும் செயலே ஆகும். எந்த வழக்கறிஞரும் இத்தகைய ஒடுக்கு முறையை ஏற்றுக் கொள்ள இணங்கமாட்டார்தான். மண்டேலாவும் டாம்போவும் இந்த உத்தரவுக்குக் கீழ்ப்படிய மறுத்தனர். எதிர்த்துப் போராடவே முன்வந்தார்கள்.

மண்டேலாவின் வழக்கறிஞர் தொழிலுக்கு அரசாங்கம் மட்டும்தான் இடைஞ்சல் தர முனைந்தது என்றில்லை. வழக்கறிஞர் சமூகத்தைச் சேர்ந்தவர்கள் கூட அவருக்குத் தொல்லை தர முன் வந்தார்கள்.

கம்யூனிசத்தை அடக்கி ஒடுக்குவதற்காகச் சட்டத்தை எதிர்த்து மண்டேலா கிளர்ச்சி செய்ததன் பயனாக அவர் தண்டனை விதிக்கப்பட்டிருந்தார் அல்லவா? அதைக் காரணம் காட்டி. மண்டேலா வழக்கறிஞராகத் தொழில் புரியக் கூடிய தகுதியை இழந்துவிட்டார்; ஆகவே வழக்கறிஞர் பட்டியலிலிருந்து அவர் பெயரை நீக்க வேண்டும் என்று டிரான்ஸ்வால் நகரச் சட்ட சங்கத்தினர் சுப்ரீம் கோர்ட்டுக்கு (உச்ச நீதி மன்றத்துக்கு) மனுச் செய்தார்கள்.

ஆனால் உச்சநீதிமன்றத்தில் நீதிபதிப் பொறுப்பை

வகித்தவர் அதை ஏற்றுக்கொள்ள மறுத்துவிட்டார். மண்டேலா அவரது கறுப்பின மக்களுக்குத் தொண்டு புரியும் நோக்கத்துடனேயே செயலாற்றுகிறார். மதிப்பு மிகுந்த வழக்கறிஞர் அணியில் இடம் வகிக்கும் தகுதியை இழக்கக் கூடிய தன்மையில் அவர் இது வரை எதுவும் செய்யவில்லை; ஆகவே அவரை நீக்க வேண்டும் எனக் கோருவது சரியல்ல என்று நீதிபதி அந்த மனுவைத் தள்ளுபடி செய்தார்.

4

1950களில் மண்டேலா முக்கியமான பணிகள் பலவற்றைச் செயல்படுத்துவதில் ஈடுபட்டிருந்தார்.

நாட்டின் மேற்குப்பகுதிகளில் மக்கள் தங்கள் நிலங்களிலிருந்து அகற்றப்படுவதை எதிர்த்துப் போராட்டம் நடை பெற்றது. அப்போராட்டத்துக்கு மண்டேலா தலைமை வகித்து மக்களை ஊக்கப்படுத்தினார்.

மக்களுக்குப் பாதகமான ஒரு கல்வித் திட்டத்தைப் புகுத்த அரசு முனைந்தது. அதை எதிர்ப்பதிலும் மண்டேலா முக்கியமான பங்கு வகித்தார்.

1932இல் தேசிய காங்கிரஸ் முக்கியமான ஒரு பொறுப்பை மண்டேலாவிடம் ஒப்படைத்தது. இயக்கத்தின் தலைமைப் பொறுப்பில் இருப்பவர்கள், அதன் உறுப்பினர்களுடன் சக்தி வாய்ந்த தொடர்பினைக் கொண்டிருக்க விரும்பியது. அதற்குப் பொதுக் கூட்டங்களின் துணை இல்லாது, வேறு வழிகளில் எவ்வாறு தொடர்புகளை வளர்க்கலாம் என்று ஆக்கபூர்வமான திட்டம் ஒன்றை வகுக்க வேண்டும்

எனத் தலைமை கருதியது. இப் பொறுப்பு நெல்சன் மண்டேலாவிடமே தரப்பட்டது.

சக்தி மிக்க ஸ்தல கிளைகளையும் வட்டாரப் பிரிவுகளையும் அமைத்து எப்படிச் செயல்படுத்தலாம் என வழி வகைகளை வகுப்பதே இத்திட்டத்தின் அடிப்படை நோக்கம். மண்டேலா செம்மையான ஒரு திட்டம் தயாரித்துக் கொடுத்தார். அது அவர் பெயராலேயே 'எம் பிளான்' என்று அழைக்கப்பட்டது.

*1955*இல் மக்கள் காங்கிரஸ் செயல்படுத்திய சுதந்திர சாசனத்தை மக்கள் மத்தியில் பரப்புவதிலும் மண்டேலா விசேஷமான பங்காற்றினார்.

உழைக்கும் மக்களைச் சுரண்டும் போக்கு, ஒவ்வொருவரும் 'கடவுச் சீட்டு' (பாஸ்) வைத்திருக்கவேண்டும் என்கிற சட்டம், புதிதாகத் தோற்றுவிக்கப்பட்ட பந்துஸ்தான் திட்டம், அனைவருக்கும் பயன்பட வேண்டிய பல்கலைக்கழகங்களைத் தனிமைப்படுத்திப் பிரிக்கிற போக்கு முதலியவற்றை எதிர்த்துப் போராடுவதில் மண்டேலாகவனம் செலுத்தலானார். 1950களின் பிற்பகுதியில் இவை நிகழ்ந்தன.

பந்துஸ்தான் திட்டம் என்பது அரசியல் ரீதியான பகாசுரச் சுரண்டல் என்றும், பொருளாதார ரீதியில் அபத்தமான செயல் முறை எனவும் மண்டேலா தீர்க்கதரிசனமாக முன்கூட்டியே உணர்ந்து சொன்னார். இதன் விளைவாக மக்கள் கூட்டம் கூட்டமாக அவரவர் உறைவிடங்களிலிருந்து வெளியேற்றப் படுவார்கள் என்றும், அரசியல் கொடூரங்களும் போலீசின் பயங்கர அடக்குமுறைகளும் கட்டவிழ்ந்து விடப்படும் என்றும் அவர் கவலையோடு அறிவித்தார்.

அனைவருக்கும் பொதுவான பல்கலைக்கழகங்களைப் பிரித்துத் தனிமைப்படுத்துவதனால் ஏற்படக்கூடிய விளைவுகள் பற்றியும் மண்டேலா எச்சரித்தார். அனைத்து இன இளைஞர்களும் சேர்ந்து கல்விப்பயிற்சி பெற வகை செய்யும் பொதுப் பல்சுவைக் கழகங்கள் சர்வ இனங்களின் ஒற்றுமைக்கும் நட்பு உறவுக்கும் இடமளிக்கின்றன. அவற்றை இனவாரியாகப் பிரித்துத் தனிமைப்படுத்துகிற முறையானது இன ஒதுக்கல் கொள்கையைச் செயல்படுத்தும் போக்கேயாகும். அடிப்படை யில் கறுப்பின மாணவர்களுக்கு இடம் அளிக்காது அவர்களை அப்புறப்படுத்தும் செயல் முறையாகவே அது அமையும் என்றும் அவர் உறுதியாகக் கூறினார்.

இவற்றால் எல்லாம் மண்டேலா அந்தக் காலகட்டத்தில் பலவகையான அடக்கு முறைகளுக்கும் ஆளாக நேர்ந்தது. அவருக்கு அநேக விதமான தடைகள் விதிக்கப்பட்டன. பலமுறை அவர் கைது செய்யப்பட்டார். சிறையில் அடைத்து வைக்கப்பட்டார்.

அந்நாட்களில் மாபெரும் தேசத்துரோகச் சதி வழக்கு ஒன்று நடைபெற்றது. அது சம்பந்தமாகக் குற்றம் சாட்டப் பெற்றவர்களில் மண்டேலாவும் ஒருவரானார். இது அவரது வழக்கறிஞர் தொழிலையும், அரசியல் பணியையும் பெரிதும் பாதித்தது. அதனால் அவருக்கு இழப்புகள் அதிகமாயின.

1960இல் ஷார்ப்வில் படுகொலை என்ற துயரச் சம்பவம் நிகழ்ந்தது. அதன் பயனாக ஆப்பிரிக்க தேசிய காங்கிரஸ் சட்ட விரோதமான அமைப்பு எனத் தடை செய்யப்பட்டது. குற்றவிசாரணை அனுபவித்து வந்த மண்டேலாகடுமையான சிறைத் தண்டனை பெற்றார்.

1961இல் தென்ஆப்பிரிக்கா குடியாட்சி அமைப்பு முறையை ஏற்றுக் கொள்ளும் நிலைமை உருவாகி வந்தது. அதனால் தேசத்துரோகச் சதி வழக்கு செயலிழந்து போக வேண்டிய நிலைமை ஏற்பட்டது.

ஆப்பிரிக்க தேசிய காங்கிரஸ் சட்ட விரோதமான இயக்கம் எனும் நிலை நீடித்தது. எனவே அதன் தலைவர்கள் தலைமறைவு வாழ்க்கை நடத்தியவாறே இயக்க வேலைகளைத் தொடர்ந்து செய்து வந்தார்கள். சிறையிலிருந்து வெளிவந்த மண்டேலா இப்புதிய சூழ்நிலையில் துணிந்து செயலாற்றும் முக்கியமான தலைவராக விளங்கினார்.

1961 மார்ச் மாதம், ஆப்பிரிக்க தேசிய காங்கிரசின் தூண்டுதலின் பேரில், அனைத்து ஆப்பிரிக்கர் மாநாடு ஒன்று கூட்டப் பெற்றது. நாட்டின் பல பகுதிகளிலிருந்தும் வந்த 1400 பிரதிநிதிகள் அதில் கலந்து கொண்டார்கள். அம் மாநாட்டில் முக்கிய உரையாற்றும் பொறுப்பு மண்டேலாவுக்குக் கிட்டியது. சூடேற்றும் உணர்ச்சிகரமான சொற்பொழிவாக அமைந்திருந்தது அவர் பேச்சு.

அனைத்துத் தென் ஆப்பிரிக்கர்களின் பிரதிநி திகள் அடங்கிய தேசியப் பெருங்கூட்டம் ஒன்றைக் கூட்டும்படி இன ஒதுக்கல் முறையைக் கடைப்பிடித்து வருகிற அரசுக்கு மண்டேலா அறைகூவல் விடுத்தார். குடியாட்சிக் கொள்கைகளின் அடிப்படையில் ஒரு புதிய அரசியல் திட்டத்தை நிர்ணயிப்பது பற்றி அக் கூட்டம் கலந்தாலோசித்து முடிவு செய்ய வேண்டும் என்று அவர் வலியுறுத்தினார். அரசு அப்படிச் செய்யத் தவறினால், வர இருக்கிற குடியாட்சித்துவக்க விழாவின்போது, அனைத்து ஆப்பிரிக்க மக்களும் பொதுவான மறியலில்

ஈடுபட்டுப் போராட வேண்டிய கட்டாயம் ஏற்படும் என்றும் மண்டேலா எச்சரிக்கை விடுத்தார்.

உடனடியாக அவர் இத்திட்டத்தைச் செயல்படுத்தி வழி நடத்துவதற்கு ஏதுவாகத் தலைமறைவானார். அவரது அறை கூவலுக்கு இணங்கிப் பெரும் அளவில் மக்கள் திரண்டெழுவர் என்று மண்டேலா எதிர்பார்த்தார். அத்தகைய பேராதரவு மறியல் போராட்டத்துக்குக் கிடைக்கவில்லை. ஆயினும் நாடு நெடுகிலும் கணிசமான அளவில் மக்களின் ஆதரவு இருந்தது.

அரசே அஞ்சி நடுங்க வேண்டிய சூழல் நாட்டில் நிலவியது. போர்க்கால நடவடிக்கை போல மிகப் பெரிய அளவில் இராணுவ வீரர்களைக் கொண்டு வந்து குவித்தது அரசாங்கம். இந்த விதமான சூழ்நிலையில் குடியாட்சி முறை துவக்கி வைக்கப்பட்டது.

மண்டேலா அமைதியாக ஒரு இடத்தில் வசித்துச் செயல்புரிய முடியாத நிலைமை வளர்ந்தது. அவர் தனது குடும்பத்தினரைப் பிரிந்து வாழ வேண்டியது கட்டாயமாயிற்று. அவரை அரசாங்கத்துக்குக் காட்டிக்கொடுக்கக் கூடியவர்கள் எங்கும் இருந்தார்கள். போலீஸ் உளவாளிகளும் அவரை எப்போதும் தேடிக் கொண்டிருந்தார்கள். அவர்களது கண்களில் படாமல் தப்பி வாழ்வதற்காக மண்டேலா பல்வேறு மாறுவேடங்களில், இடம் விட்டு இடம் நகர்ந்து, காலம் கழிக்க வேண்டியதாயிற்று. சிவசமயம் அவர் சாதாரணத் தொழிலாளி மாதிரி உடை அணிந்து திரிந்தார். சில வேளை காரோட்டி போலவும், வேறு விதங்களிலும் வேடம் தரித்துச் செயலாற்றினார்.

இந்தச் சமயத்தில் தான் மண்டேலாவும் தேசியக் காங்கிரசின் இதர தலைவர்களும் சேர்ந்து திட்டமிட்டு, விடுதலைப் போராட்டத்தின் ஒரு விசேஷ அங்கமாக, ஆயுதம் தாங்கிய உறுப்பினர்கள் கொண்ட புதிய அமைப்பைத் துவக்கினார்கள். ஆயுதங்களைப் பயன்படுத்திப் போராட வேண்டிய அவசியம் ஏற்படும்போது விடுதலை இயக்கத்தினர் அதற்கும் தயாராக இருக்க வேண்டும் என்ற எண்ணத்துடன் இந்த அமைப்பு உருவாக்கப்பட்டது. 'தேசத்தின் ஈட்டி' என்று இப் பிரிவு அழைக்கப் பெற்றது.

தென் ஆப்பிரிக்க நிலைமையை ஆழ்ந்து கவனித்து, நீண்ட கணிப்புகள் செய்ததன் விளைவாக, மண்டேலாவும் அவரது சகாக்கள் சிவரும் இந்த முடிவுக்கு வர வேண்டியது அவசியமாயிற்று. தேசிய காங்கிரசின் அமைதி நிறைந்த கோரிக்கைகளை அரசு வன்முறைகளால் அடக்கி ஒடுக்கிப் புறக்கணித்து வருகிறது. இந்த நிலையில் அமைதி நடவடிக்கைகளையும் அகிம்சை முறைகளையும் தொடர்ந்து உபதேசித்துக் கொண்டிருப்பது தவறான நடவடிக்கையும், யதார்த்த விரோதமான செயல்பாடுகளுமே ஆகும். இந்த நாட்டில் வன்முறை நடவடிக்கைகளை மேற்கொள்வது தவிர்க்க முடியாததுதான். ஏனைய செயல்முறைகள் எல்லாம் தோல்வி அடையும்போது, அமைதி வழி எதிர்ப்புகள் பலவும் பயனற்றுப் போகிற நிலையில், விடுதலை இயக்கத்தினரும் ஆயுதம் தாங்கி வன்முறைச் செயல்களைக் கையாண்டு, அரசியல் போராட்டத்தை முன் நடத்திச் செல்ல வேண்டும் என்ற முடிவுக்கு நாங்கள் வந்தோம். அரசுதான் எங்களை இந்த நிலைக்கு இட்டுச் சென்றது என்று மண்டேலா விளக்கம் கூறினார்.

1961இல் 'தேசத்தின்ஈட்டி' என்ற அமைப்பு துவக்கப்பட்டது. மண்டேலா தான் அதன் தளபதி. 1962 இல் அவர் சட்ட விரோதமாகத் தனது நாட்டிலிருந்து வெளியேறி, ஆப்பிரிக்காவின் இதர பகுதிகளில் பல மாத காலம் சுற்றுப்பயணம் செய்தார்.

அந்நாட்களில், கிழக்கு மற்றும் மத்திய ஆப்பிரிக்க நாடுகளுக்கான அகண்ட ஆப்பிரிக்க விடுதலை இயக்கத்தினர் எத்தியோப்பாவில் ஒரு மாநாடு கூட்டி யிருந்தனர். அந்த மாநாட்டில் மண்டேலா உரை நிகழ்த்தினார். இதர நாடுகளின் மூத்த அரசியல் தலைவர்கள் பவரும் அவரை அன்போடும் ஆதரவோடும் வரவேற்றார்கள்.

இந்தப் பயணத்தின் போது மண்டேலா ஒரு உண்மையை உணர்ந்தார். நாட்டின் விடுதலைக்காக ஆயுதம் தாங்கிப் போராட வேண்டிய நிலைமை கட்டாயம் உருவாகும். அதற்குச் சித்தமாக இருக்கும் வகையில் நாமும் நமது போர்ப் பயிற்சிகளைத் தீவிரமாக்கிக் கொள்ள வேண்டும் என்று அவர் கருதினார். அதற்காகத் 'தேசத்தின் ஈட்டி' அமைப்பைச் சேர்ந்தவர்களுக்குக் கொரில்லா யுத்த முறைகளில் பயிற்சி அளிக்க வேண்டியது அவசியமாகும் என்று தீர்மானித்தார். அதற்கான ஏற்பாடுகளையும் அவர் செய்யலானார்.

மண்டேலா தென் ஆப்பிரிக்காவுக்குத் திரும்பியவுடனேயே, அரசாங்கத்தால் கைது செய்யப்பட்டார். சட்ட விரோதமாக நாட்டை விட்டு வெளியேறினார் என்பது ஒரு குற்றம். அத்துடன் சட்டத்தை எதிர்த்து மறியல் போராட்டத்தை அவர் தூண்டினார் என்பது இன்னொரு குற்றம்.

இந்தக் குற்றச் சாட்டும் வழக்கு விசாரணையும், ஆப்பிரிக்க மக்களின் உயரிய குறிக்கோள்களுக்கு எதிரான நீதி விசாரிப்பே ஆகும் என்று மண்டேலா கருதினார். எனவே தனது சார்பில் அவரே எதிர்த்து வாதாடத் தீர்மானித்தார்.

இம்மாதிரியான வழக்குத் தொடர்தல்களில், முற்றிலும் வெள்ளையரே அங்கம் வகிக்கும் நீதிமன்றத்தில் நேர்மையான நீதியை எதிர்பார்க்கமுடியாது. வெள்ளையர் சம்பந்தப்பட்ட வழக்காக இருப்பதால், வெள்ளை நீதிமன்றத்தார் பாரபட்ச மற்று நடந்து கொள்ள மாட்டார்கள் என்று மண்டேலா அறிவித்தார். வெள்ளையர் கூடிய சட்ட சபையில், மக்களின் பிரதி நிதியாகத் தான் அங்கம் வகிக்காத பார்லிமென்டில், நிறைவேற்றப்பட்ட சட்டங்களை மதித்து அவற்றுக்குக் கீழ் படிய வேண்டிய கடமை எதுவும் தனக்குக் கிடையாது என்றும் அவர் கூறினார்.

'இன வாதத்தை நான் வெறுக்கிறேன். அது கறுப்பு மனிதரிடமிருந்து தோன்றினாலும் சரி, வெள்ளை நிற மனிதரிடமிருந்து எழுந்தாலும் சரியே, இனவாதம் காட்டு மிராண்டித்தனமானதே' என்று மண்டேலா முழக்கமிட்டார்.

நீதிமுறைப்படி மண்டேலா குற்றவாளி என்று தீர்ப்பு அளிக்கப்பட்டது. அவருக்கு ஐந்து ஆண்டுச் சிறைத் தண்டனை விதிக்கப் பெற்றது.

அந்தத் தண்டனையை அவர் அனுபவித்துக் கொண்டிருந்த காலத்தில், ரிவோனியா நியாய விசாரணை நடைபெற்றது. ரகசிய மாக நாசவேலையில் அவர் ஈடுபட்டிருந்தார். என்று மண்டேலா மீது குற்றம் சாட்டப்பட்டது. அவ் விசாரணைகளின் போது

மண்டேலாவே நீதிமன்றத்தில் எதிர்வாதம் செய்தார். அவர் நிகழ்த்திய வாதங்கள் அனைத்தும், இன ஒதுக்கல் கொள்கையை எதிர்த்து நிகழ்ந்த போராட்டத்தின் வரலாற்றில் உயர்ந்த இலக்கியப் பதிவுகளாக இடம் பெறத் தக்கவையாக அமைத்திருந்தன.

'நான் வெள்ளையர் ஆதிக்கத்தை எதிர்த்துப் போராடியிருக் கிறேன். கறுப்பர் ஆதிக்கத்தையும் எதிர்த்து நான் போராடி யுள்ளேன். ஜனநாயக ரீதியான சுதந்திர சமூகம் என்ற லட்சியத்தையே நான் போற்றி வருகிறேன். அந்த சமூகத்தில் சகல மனிதர்களும் ஒற்றுமையோடு அமைதியாகவும் சமவாய்ப்புக்களுடனும் வாழ்க்கை நடத்துவார்கள். அத்தகைய லட்சியத்தை அடைவதற்காகவே நான் வாழ்கிறேன். அவசிய மானால், அந்த லட்சியத்திற்காக என் உயிரைக் கொடுக்கவும் நான் சித்தமாக இருக்கிறேன்.'

ரிவோனியா விசாரணையின் போது நீதி மன்றத்தில் நிகழ்த்திய வாதத்தின் முடிவுரையாக இச் சொற்களை மண்டேலா முழங்கினார்.

மண்டேலாவுக்கு ஆயுள் தண்டனை விதிக்கப்பட்டது. ராபன் தீவில் உள்ள சிறையில் அவர் அடைக்கப்பட்டார்.

மோசமான ஜெயில் என்று கெட்ட பெயர் வாங்கிய சிறை அது. கேப் டவுண் கடல்கரையிலிருந்து 7 கி.மீ. தூரம் தள்ளியிருந்த சிறு தீவு ஒன்றில் அது அமைக்கப்பட்டிருந்தது. வெகு கடுமையான காவல்களை அச்சிறை பெற்றிருந்தது. அங்குதான் மண்டேலா காவலில் வைக்கப்பட்டார்.

1984இல் ராபன் தீவுச் சிறையிலிருந்து, கேப் டவுணிலிருந்த பால்ஸ்மூர் ஜெயிலுக்கு அவர்

மாற்றப்பட்டார். பிறகு 1988 டிசம்பரில், பார்ல் என்ற இடத்துக்கு அருகில் உள்ள விக்டர் வெர்ஸ்டர் சிறைக்குக் கொண்டு போகப்பட்டார். 1990 பிப்ரவரியில் விடுதலை பெறும் வரை மண்டேலா இந்தச் சிறையில் தான் தண்டனை அனுபவித்தார்.

அவர் சிறை இருந்த காலத்தில் எளிதில் விடுதலை பெற்று வெளியேறிவிடலாம் என்று பலமுறை ஆசை வார்த்தைகள் கூறினார்கள் ஜெயில் அதிகாரிகள். அரசின் புதிய பந்துஸ்தான் கொள்கையை அவர் ஏற்றுக் கொண்டால் அவருடைய சிறைத் தண்டனை குறைக்கப்படும் என்று சொன்னார்கள். ட்ரான்ஸ்கீ வட்டாரத்தின் சுதந்திரத்தை ஒப்புக்கொண்டு, அங்கே போய் வசிக்கச் சம்மதித்தால் அவர் விடுதலை அடையலாம் என்றார்கள். அவை அனைத்தையும் மண்டேலா வன்மையாக மறுத்துவிட்டார்.

மீண்டும் 1980களில் அவருக்கு ஆசைத் தூண்டில் முன் வைக்கப்பட்டது. இனி வன்முறைச் செயல்களில் ஈடுபட மாட்டேன் என்று அவர் உறுதியளித்தால், உடனடியாக அவருக்கு விடுதலை கிடைக்கும் என்றார்கள்.

சிறைக்கைதிகள் ஒப்பந்தங்களில் ஈடுபட முடியாது; சுதந்திர மனிதர்கள்தான் ஒப்பந்த வார்த்தைகள் பேச முடியும் என்று மண்டேலா அறிவித்தார்.

1990 பிப்ரவரி 11 ஆம் நாளன்று மண்டேலா சிறையிலிருந்து விடுவிக்கப்பட்டார். உடனடியாக அவர் தனது வாழ்க்கைப் பணியில் முழுமையாக ஈடுபட்டார். சுமார் நாற்பது ஆண்டுகளுக்கு முன்பு அவரும் அவருடைய சகாக்களும் நிர்ணயித்த பணிகள் அவை. அந்த லட்சியத்தை அடைந்தே தீர்வோம் என்ற

உறுதியோடு களம் இறங்கினார் மண்டேலா.

1991இல் ஆப்பிரிக்க தேசிய காங்கிரசின் முதலாவது தேசிய மாநாடு தென் ஆப்பிரிக்காவுக்குள்ளேயே கூட்டப்பட்டது. அப்படி மாநாடு எதுவும் நடத்தக்கூடாது என்று பலப்பல ஆண்டுகள் தடை விதிக்கப்பட்டிருந்தது.

இந்த மாநாட்டில் நெல்சன் மண்டேலா ஆப்பிரிக்க தேசியக் காங்கிரசின் தலைவராகத் தேர்வு செய்யப்பட்டார். அவருடைய ஜீவிய நண்பரும் தொழில் கூட்டாளியுமான ஆலிவர் டாம்போ அந்த அமைப்பின் தேசியத் தலைவரானார்.

பெருந்தன்மை, நம்பிக்கை, சுயகட்டுப்பாடு ஆகிய பண்புகளின் உருவகமாக விளங்கிய மண்டேலா

உலக மக்களின் மதிப்பையும் போற்றுதலையும் பெற்ற தலைவராக ஒளிரலானார்.

5

மண்டேலா ஒளி நிறைந்த வாழ்க்கைப் பகுதியை அடைவதற்கு முன்பு கொடுமைகள் நிலவிய இருண்ட கால கட்டத்தை அனுபவிக்க வேண்டியிருந்தது. அவர் சிறைக்குள் அடைப்பட்டிருந்த இருபத்து ஏழு வருடங்களும் அவருக்கு வேதனையும் மன உளைச்சலும் மிகுதியாகத் தந்த இருண்ட காலமே ஆகும்.

சிறையில் அனைத்துக் கைதிகளும் நான்கு பிரிவுகளாகப் பிரித்து வைக்கப்பட்டிருந்தனர். அப்பிரிவுகள் ஏ, பி, ஸி, டி என்று குறிக்கப்பட்டன. 'ஏ' வகுப்புக் கைதிகள் உயர்ந்த நிலை யினராகக் கருதப்பட்டார்கள். அவர்களுக்கு மிக அதிகமான சலுகைகள் வழங்கப்பட்டன. 'டி' வகுப்புக் கைதிகள் கடை நிலையினராகவும், குறைவான சலுகைகளுக்கு உரியவர்களா கவும் மதிக்கப்பட்டார்கள்.

அரசியல் கைதிகள் அனைவரும் இயல்பாகவே 'டி' வகுப்பிலேயே சேர்க்கப்பட்டார்கள். அவர்களை 'பாதுகாப்புக் கைதிகள்' என்று அதிகாரிகள் குறிப்பிட்டார்கள். மண்டேலா 'டி' வகுப்புக் கைதியாக அடைத்து வைக்கப்பட்டார்.

வெளியிலிருந்து உறவினரும் முக்கியமானவர்களும் வந்து கைதியைச் சந்தித்துப் பேசுவது, கடிதங்கள் பெறுவதும் எழுதி அனுப்புவதும், படிக்கும் வசதி, அவரவருக்குத் தேவையான மளிகைச் சாமான்களையும் பிற அவசியப் பொருள்களையும் வாங்கிக் கொள்ளும் உரிமை இவை எல்லாம் கைதிகள் பெறக்கூடிய சலுகைகள் ஆகும். கைதிகளின் வகுப்புப் பிரிவுக்குத் தகுந்தபடி இவை வழங்கப்பட்டன.

ஒருவர் பெறுகிற தண்டனைக் காலத்துக்குத் தக்கபடி வகுப்புப் பிரிவுகள் நிர்ணயிக்கப்படுவது வழக்கம். ஒருவர் எட்டு ஆண்டுகள் சிறைத் தண்டனை பெறுகிறார் என்று வைத்துக் கொள்வோம். முதல் இரண்டு ஆண்டுகளுக்கு அவர் 'டி' வகுப்புக் கைதியாகக் கருதப்படுவார். அடுத்த இரண்டு ஆண்டுகளுக்கு அவர் 'ஸி ' வகுப்புக் கைதியாவார். அதற்கு அடுத்த இரு ஆண்டுகள் 'பி வகுப்புக் கைதியாகவும், கடைசி இரண்டு ஆண்டுகள் 'ஏ' வகுப்புக் கைதியாகவும் நடத்தப்படுவார்.

'டி' வகுப்புக் கைதி ஆறு மாதங்களுக்கு ஒருமுறை ஒரே ஒரு கடிதம் தான் பெறமுடியும். அதைப் பற்றிக் குறை கூறினால், நீ நல்லவனாக நடந்து கொள்; அதன் பிறகு நீ ஸி வகுப்புக் கைதி ஆவாய். அப்போது ஆறு மாதங்களுக்கு ஒரு தடவை நீ இரண்டு கடிதங்கள் பெற முடியும் என்று அதிகாரிகள் தெரிவிப்பார்கள்.

போதுமான அளவு உணவு கிடைப்பதில்லை என்று முறையிட்டால், நீ 'ஏ' வகுப்புக் கைதியாக வேண்டும்; அப்படியானால் நீ வெளியிலிருந்து மணியார்டர் மூலம் பணம் வரப்பெறலாம்; அதை வைத்துச் சிறை காண்டீனிலிருந்து உனக்குத் தேவையான உணவை நீ வாங்கிக் கொள்ளலாம் என்று அதிகாரிகள் கூறுவார்கள். விடுதலைக்காகப் போராடித் தண்டனை பெற்றுச்

சிறைவாசம் செய்கிற கைதி கூட 'ஏ' வகுப்பு கிடைக்கப் பெற்றால் தனக்குத் தேவையான மளிகைப் பொருள்களையும் புத்தகங்களையும் வாங்கிப் பயனடைய முடியும்.

இந்த வகுப்பு வாரியாகக் கைதிகளைப் பிரிக்கும் முறையை மண்டேலாவும் அவர் தோழர்களும் வெறுத்தார்கள். அது ஊழல் நிறைந்ததாகவும், மனிதரை அவமதிப்பதாகவும் இருந்தது. சிறைக்கைதிகளை, முக்கியமாக அரசியல் கைதிகளை அடக்கி ஒடுக்குவதற்கு அதிகார வர்க்கம் கையாண்ட மற்றொரு உபாயமாகவும் அது செயல்பட்டது. எல்லாக் கைதிகளும் சமமாக நடத்தப்பட வேண்டும் என்று மண்டேலாவும் தோழர்களும் எதிர்ப்புக் காட்டினார்கள்.

அவர்கள் இந்த வகுப்புவாரி முறையைக் கண்டித்து எதிர்த்தபோதிலும், அதற்கு அடங்கியே நடக்க வேண்டியிருந்தது. சிறை வாழ்க்கையின் மாற்ற முடியாத செயல் திட்டமாக அது நடைமுறைப்படுத்தப்பட்டு வந்தது.

ஆனால் இப்படிச் சிறைக் கைதிகளை வகுப்பு வாரியாகப் பிரித்து வைக்கும் திட்டத்தை, அரசியல் கைதிகளுக்கு எதிராக உபயோகிக்கக் கூடிய ஒரு ஆயுதமாகச் சிறை அதிகாரிகள் கையாண்டு வந்தார்கள். கைதிகளை அடக்க விரும்பினால், அவர்களுக்கு உரிய அவர்கள் வெகு அரிதாகப் பெறக்கூடிய வகுப்பு மாற்றம் பெறும் உரிமையை நிறுத்தி விடுவதாக பயமுறுத்தினார்கள். மேல் வகுப்பிலிருந்து கீழ் வகுப்புக்குத் தள்ளிவிடுவோம் என்று அச்சுறுத்துவது அதிகாரிகளின் பழக்கமாக இருந்தது.

நெல்சன் மண்டேலா, ராபன் தீவுச் சிறைக்கு மாற்றப்படுவதற்கு முன்பே வேறு சிறையில் இரண்டு

ஆண்டுகள் அடைக்கப்பட்டிருந்தார். அதனால் ராபன் தீவுச் சிறையில் அவர் 'ஸி' வகுப்புக் கைதியாக அனுமதிக்கப்பட்டிருக்க வேண்டும். ஆனால் அவர் அங்கும் 'டி' வகுப்புக் கைதியாகவே சேர்க்கப்பட்டார்.

உயர்ந்த வகுப்பில் சேர்க்கப்பட்டால் கிடைக்கக் கூடிய சலுகைகளை மண்டேலா விரும்பினார் தான். ஆனால் அதற்காக அவர் பணிந்து போய்த் தனது செயல்முறைகளை மாற்றிக் கொள்ளத் தயாராக இல்லை. அதிகாரிகளுக்குப் பணிந்து நடப்பதன் மூலமும், எது பற்றியும் குறை கூறாமல், எதிர்ப்புக் காட்டாமல் இருப்பதனாலும், விரைவில் வகுப்பு மாறுதல் பெற்றுவிட முடியும். ஆனால் மண்டேலா இந்தப் போக்கை விரும்பியதில்லை.

எப்போதும் தொல்லை கொடுப்பவராகவே இருப்பதால், மண்டேலா ஆயுள் காலம் முழுவதும் 'டி' வகுப்பிலேயே இருக்க வேண்டியதுதான் என்று சிறைக் காவலர்கள் சொல்வது வழக்கம்.

ஆறு மாதங்களுக்கு ஒரு முறை 'சிறை வாரியம்' (பிரிசன் போர்டு) கூடும். கைதிகளை அழைத்து விசாரிக்கும். வகுப்பு மாற்றம் செய்வதற்கான மதிப்பீடுகள் நடைபெறும். சிறையின் சட்டதிட்டங்களுக்கு ஏற்பக் கைதிகள் நடந்து கொள்ளும் தன்மையை மதிப்பிடுவதற்கும், உரிய வகுப்பு மாறுதலை வழங்குவதற்குமாக ஏற்பட்டது அந்த வாரியக் கூட்டம்.

ஆனால் இங்கோ அது ஒரு அரசியல் விசாரணைக் குழு போலவே இயங்குவதை மண்டேலாவும் அவர் சகாக்களும் கண்டு கொண்டார்கள்.

மண்டேலா முதல் முறையாகச் சிறைவாரியக் கூட்டத்தில் கலந்து கொண்டபோது, ஆப்பிரிக்க தேசிய காங்கிரஸ் பற்றியும், அவரது குறிக்கோள்கள் பற்றியும் அதிகாரிகள் விசாரித்தார்கள். அதிகாரிகள் கைதிகளையும் மனிதராக நடத்துவது இவ் வாரியக் கூட்டத்தில் மட்டும்தான்.

அதனால் மண்டேலா இயல்பாக விரிவாகவே எடுத்துச் சொன்னார். வகுப்புப் பிரிவுக்கும் இந்த விசாரிப்புக்கும் எவ்விதமான சம்பந்தமும் கிடையாது. எனினும் அவர்களையும் தனது கொள்கைகளையும் நம்பிக்கைகளையும் ஏற்றுக் கொள்ளும்படி செய்து விடலாம் என்ற வீணான ஆசை அவர் உள்ளத்தில் படிந்திருந்தது. எனவே அவர் மனம் விட்டுப் பேசினார்.

சிறை அதிகாரிகளின் தந்திரத்தை அவர் விரைவிலேயே புரிந்து கொண்டார். கைதிகளிடமிருந்து உண்மைகளைத் தெரிந்து கொள்வதற்காக அவர்கள் கையாண்ட உத்தி அது என்பது அவருக்கு விளங்கியது. எனவே, மேலும் சிறை வாரியத்தினரோடு அரசியல் ரீதியான பேச்சு வார்த்தைகள் வைத்துக் கொள்ளக்கூடாது என மண்டேலாவும் சகாக்களும் தீர்மானித்துச் செயலாற்றினார்கள்.

'டி' வகுப்புக் கைதி என்ற முறையில், ஆறு மாதங்களுக்கு ஒரு தடவை, வெளியிலிருந்து ஒரே ஒரு நபர் வந்து மண்டேலாவைக் கண்டு பேசலாம் என்ற உரிமை இருந்தது. ஆறு மாதங்களுக்கு ஒரு முறை ஒரே ஒரு கடிதம் எழுதி அனுப்பவும், ஒரு கடிதம் பெறவும் அவருக்கு உரிமை உண்டு. சிறை நடைமுறைகளில் இருந்த கட்டுப்பாடுகளில் இது மிகவும் மனிதத் தன்மை இல்லாத மோசமான செயலாக அவருக்குப் பட்டது.

ஒரு குடும்பத்தைச் சேர்ந்த பவ உறுப்பினர்களோடும் தொடர்பு கொள்வது ஒவ்வொரு மனிதருக்கும் உரிய உரிமை ஆகும். சிறை நடவடிக்கைகளில் செயற்கைத்தனமாக நிர்ணயிக்கப்பட்ட வகுப்புப் பிரிவுகளின் பேரால் இந்த உரிமையைக்கட்டுப்படுத்துவதும், அதற்குத் தடை விதிப்பதும் முறையல்ல. இது மண்டேலாவின் எண்ணமாகும். ஆனாலும் சிறை வாசத்தின்போது இம்முறையற்ற கட்டுப்பாடு அனுபவித்தே தீரவேண்டியது உண்மையாக இருந்தது.

பார்க்க வருகிறவர்களும், கடிதங்கள் எழுதவும் பெறவும் உரிமை பெற்றவர்களும் மிக நெருங்கிய உறவினராக இருக்க வேண்டும் என்றும் விதிக்கப்பட்டிருந்தது. இந்தக் கட்டுப்பாடும் தொல்லை நிறைந்த விவகாரமாகவே இருந்தது.

ஐரோப்பியர் அல்லது மேற்கத்தியரின் குடும்ப உறவுகளுக்கும், ஆப்பிரிக்கர்களின் மிக நெருக்கமான உறவு முறை என்ற செயல்பாட்டுக்கும் அதிகமான வித்தியாசம் உண்டு.

ஆப்பிரிக்கர்களின் குடும்ப உறவுகள் மிக விசாலமானவை. அதிகமான நபர்களைக் கொண்டிருக்கக் கூடியது அவர்களது குடும்ப அமைப்பு. பொதுவான மூதாதையர் ஒருவர் வழிவந்தவர் என்று சொந்தம் கொண்டாடக் கூடிய எவரும் ஒரு குடும்பத்துக்கு நெருக்கமான உறுப்பினராகவே மதிக்கப்படுவது வழக்கம்.

சிறை வாழ்க்கையில், ஒருவரது குடும்பத்தைப் பற்றிய துயரமான செய்தி கிடைக்கப் பெறுவது மோசமானதுதான். அதைவிட மோசமானது குடும்பத்தார் எவரிடமிருந்தும் எந்த விதமான தகவலும்

வரப்பெறாமலிருப்பது.

குடும்பத்தினரிடமிருந்து செய்தி எதுவுமே கிடைக்காத போது, சிறைப்பட்டிருப்பவர் உறவினர்களைப் பற்றிப் பயங்கரமான, விபரீதமான, கொடூரமான கற்பனைகளில் ஈடுபடுவது இயல்பானதாகும்.

நடைமுறையில் மிகத் துன்ப துயரமான சோகமயமான செய்திகள் கிடைத்தால் கூடக் கைதியின் மனம் அவ்வளவு வேதனைப்படாது. கடிதம் எதுவுமே வராமலிருப்பதை விட, துக்ககரமான செய்திகளைக் கொண்ட கடிதம் கிடைக்கப் பெறுவதையே கைதிகள் விரும்புவார்கள்.

பரிதாபத்துக்கு உரிய, துக்ககரமான இந்தக்கட்டுப் பாட்டிலே கூட, சிறை அதிகாரிகள் தங்கள் வேலைத் தளங்களைக் காட்டுவது வழக்கமாகயிருந்தது.

கடிதம் வருகிற நாளைக் கைதிகள் மிகுந்த ஆவலோடு எதிர்பார்த்துக் காத்திருப்பார்கள். மாதம் ஒரு தடவை கடிதப்பட்டுவாடா நாளாக அமையும். சிலசமயம் ஒரு கடிதம் கூட வராமல் ஆறுமாத காலம் ஓடிவிடும்.

ஆறு மாதங்களுக்கு ஒரு முறை ஒரே ஒரு கடிதம் என அனுமதிப்பது; பிறகு கடிதம் எதுவும் வரவில்லை என்று அறிவித்து விடுவது என்பது கைதிக்குக் கிடைக்கக்கூடிய மிகப் பெரிய அடி ஆகும். அதுமாதிரி சமயத்தில் கைதி மிகுந்த மன உளைச்சலுக்கு ஆளாகிறார்.

என் மனைவிக்கு என்ன ஆகியிருக்கும்? என் குழந்தைகள் என்ன ஆனார்களோ? என் அம்மாவுக்கும், அக்கா தங்கைகளுக்கும் ஏதாவது நிகழ்ந்திருக்குமோ? இப்படி எண்ணாத எண்ணமெல்லாம் எண்ணிக்கைதியின்

மனம் படாதபாடுப்படும்.

எனக்குக் கடிதம் எதுவும் வராதபோது, என்மனம் வெகுவாக வறண்டு விடும்; மிகப்பெரிய பாலைவனம் போல என் உள்ளம் வறட்சி பெற்று ஈரப் பசையின்றி உறுத்தும் என்று மண்டேலா அந்த அனுபவம் பற்றிக் குறிப்பிட்டிருக்கிறார்.

அதிகாரிகள், அடிக்கடி, பழிவாங்கும் நோக்குடன், மண்டேலாவுக்கு வரும் கடிதத்தை அவரிடம் கொடாமல் நிறுத்திக்கொள்வதும் நடக்கும். "மண்டேலா, உனக்கு ஒரு கடிதம் வந்திருக்கிறது. ஆனால் அதை நாங்கள் உன்னிடம் தரமுடியாது!" என்று அவர்கள் அறிவித்துவிடுவார்கள்.

ஏன் கொடுக்கமுடியாது, கடிதத்தில் அப்படியென்ன தவறான தகவல் உள்ளது என்று விளக்கம் எதுவும் கூறமாட்டார்கள். அது யாரிடமிருந்து வந்த கடிதம் என்றும் சொல்ல மாட்டார்கள்.

அப்போது அவருக்கு எப்படி இருந்திருக்கும்? ஆத்திரத்துடன் சீறி வெடித்து வசைபாட வேண்டும் என்ற உணர்வு எழுந்தால் அது நியாயமேயாகும். ஆனால் மண்டேலா தனது சக்தி அனைத்தையும் ஒருமுனைப்படுத்தி, தன்னைக் கட்டுப்படுத்திக் கொண்டு, அமைதியாக இருந்து விடுவார்.

பின்னர், விதி முறைப்படி உரிய வழியில் தனது எதிர்ப்பைத் தெரிவித்துப் புகார் செய்வார். சில சமயம் அதற்குப் பலன் இருக்கும். அந்தக் கடிதம் அவரிடம் அளிக்கப்படும்.

கடிதங்கள் கிடைக்கப் பெற்றால், கைதிகள் அவற்றைப் போற்றிப் பரவசமடைவார்கள். ஒரு கடிதம்

என்பது கோடை மழை போல அவர்களுக்கு உற்சாகம் தரக்கூடியது; அவர்களது மனசை மகிழ்ச்சியால் மலரவைக்கும் மாயசக்தி அது.

ஆனாலும் மண்டேலா தனது உணர்வுகளை வெளிப்படுத்த மாட்டார். தரப்படுகிற கடிதத்தை ஆவலுடன் கைப்பற்ற வேண்டும் எனும் மனத்தவிப்பு இருக்கும். ஆயினும் அவர் பரபரப்புக் காட்டமாட்டார். வெகு சாவதானமாக அதை அவர் வாங்கிக் கொள்வார். கடிதத்தைப் பிரித்து, அந்த இடத்திலேயே அதைப் படிக்க வேண்டும் என்ற அவா மனசுக்குள் இருக்கும். எனினும் அப்படிச் செய்யமாட்டார். அவரது தவிப்பையும் ஆசையையும் அதிகாரிகள் கண்டு திருப்திப்படுவதை அவர் விரும்பியதில்லை.

எனவே, அவர் நிதானமாக அவருடைய அறைக்குத் திரும்பி நடப்பார். குடும்பத்திலிருந்து வந்த கடிதத்தைப் பிரித்துப் படிப்பதைவிட முக்கியமான சில காரியங்களைத் தான் கவனித்தாக வேண்டியிருப்பது போன்ற பாவனையோடு அவர் நடந்து கொள்வார்.

முதல் சில மாத காலத்தில், அவர் மனைவி வின்னி யிட மிருந்து அவருக்கு ஒரு கடிதம் வந்தது. அது மிக அதிகமாக 'சென்சார் செய்யப்பட்டு' எழுத்துக்கள் சிறிது கூடத் தெரியாத அளவுக்கு மைபூசப்பட்டிருந்தது.

சட்ட விரோதமான பகுதிகள் என்று சென்சார்கள் பல இடங்களை அழுத்தமாக மை தடவி மறைத்துவிடுவது தீவுச் சிறையில் நடைமுறையாக இருந்தது.

ஆனால், கைதிகள் தண்ணீர் கொண்டு மைப்பூச்ன நீக்கிவிட்டு, அடிக்கப் பட்டிருந்த செய்திகள் யாவை என்று படித்துத் தெரிந்து கொள்வது சாத்தியமாக

இருந்தது. அதை அறிந்து அதிகாரிகள் தங்கள் முறையை மாற்றிக்கொண்டார்கள்.

ஆட்சேபகரமான எழுத்துக்கள் என்று அவர்கள் கருதிய பகுதிகளை ரேசர் பிளேடால் அகற்றினார்கள். இப்படி முழுப் பாராக்கள் பல ஒரு கடிதத்தில் நீக்கப்பட்டிருக்கும். பொதுவாக ஒரு தாளின் இரண்டு பக்கங்களிலும் கடிதம் எழுதப் பட்டிருக்கும்.

இப்படி ஒரு பக்கத்தில் உள்ள விஷயத்தை வெட்டும் போது, அடுத்த பக்கம் எழுதப்பட்டிருக்கும் விஷயம் தானாகவே அகன்றுவிடும். இவ்விதம் கடிதங்களை வெட்டிக்குதறிய துண்டுகளாகக் கைதிகளிடம் கொடுப்பதில் அதிகாரிகள் மனமகிழ்வு கொண்டார்கள் என்றே சொல்ல வேண்டும்.

இந்தக் கண்காணிப்பு முறையினால் கடிதங்கள் தருவதற்குக் காலதாமதம் ஏற்படுவதும் நிகழ்ந்தது. சென்சார் செய்யும் சிறை வார்டர்கள் சிலருக்கு ஆங்கில மொழி அறிவு போதுமான அளவு இராது.

எனவே கடிதத்தைப் படித்துப் புரிந்து கொண்டு, வெட்ட வேண்டியதை வெட்டுவதற்கு அவர்கள் அதிகமான காலம் எடுத்துக் கொண்டார்கள். சில சமயம் ஒரு கடிதத்தை சென்சார் செய்வதற்கு அவர்களுக்கு ஒரு மாத காலம் கூடத் தேவைப்பட்டது.

கைதிகள் எழுதி அனுப்பிய கடிதங்களுக்கும் இதே கதிதான் நேரிட்டது. அவையும் பெரும்பாலும் வெட்டப்பட்ட தாள்களாகவே போய்ச் சேர்ந்தன.

மண்டேலா தீவுச் சிறைக்கு வந்து மூன்று மாதங்கள் ஆகியிராத நிலையில், ஒரு நாள் அவருக்கு ஒரு அறிவிப்புக் கிடைத்தது. மறுநாள் அவரைப் பார்ப்பதற்கு

ஒருவர் வருவார் என்று அதிகாரிகள் தெரிவித்தார்கள். ஆயினும் வருவது யார் எனத் தெரிவிக்க அவர்கள் மறுத்து விட்டார்கள்.

தன்னைப் பார்க்க வருவது தன் மனைவி வின்னியாக இருக்கலாம் என்று மண்டேலா நினைத்தார். அவளாகத்தான் இருக்க வேண்டும் என விருப்பம் வளர்த்தார். அவள்தான் வருவாள் என்றே நம்பினார். அவர் மனம் அப்படித் தவித்தது.

மண்டேலா தீவுச் சிறைக்குக் கொண்டு வரப்பட்டார் எனத் தெரிந்த நாள் முதலே அவர் மனைவி வின்னி அவரை சிறையில் சந்திப்பதற்கான ஏற்பாடுகளைச் செய்து வந்தார். அவருக்கும் தடைகள் விதிக்கப்பட்டிந்தன. அவருடைய கணவருடன் அவர் தொடர்பு எதுவும் கொள்ளக் கூடாது எனும் தடையும் இருந்தது.

ராபன் தீவுக்கு வருவது என்பது எளிதான காரியம் அல்ல. அதிகாரிகளின் உதவி இருந்தால் கூட அந்தச் சிறைக்கு வந்து போவது மிகச் சிரமமான செயலாகவே அமையும். அப்படி வந்தாலும், சந்தித்துப் பேசுவதற்கென்று அரை மணி நேரமே ஒதுக்கப்பட்டிருந்தது.

அரசியல் கைதிகள் என்றால், அவர்கள் தங்களைப் பார்த்துப் பேச வருகிறவர்களைத் தொடக்கூடாது என்ற கண்டிப்பான கட்டுப்பாடு வழக்கத்தில் இருந்தது. வருகையாளரும் கைதியும் ஒரே அறையில் இருந்தாலும் கூட அவர்கள் விலக்கி வைக்கப்பட்டிருப்பார்கள்.

வருகைக்கு உரிய நாள்களை அதிகாரிகள் முன்கூட்டியே நிர்ணயித்து, போதிய கால அவகாசத்துடன் சம்பந்தப்பட்டவர்களுக்குத் தெரிவிக்க மாட்டார்கள். திடீரென்று ஒருநாள் அவர்கள் மனைவியைத் தொடர்பு கொண்டு, 'நீங்கள் நாளை உங்கள் கணவரைச் சந்திக்கலாம். அதற்கான அனுமதி தரப்படுகிறது!'

என்று அறிவிப்பார்கள். இதனால் தொல்லைகளே அதிகரிக்கும். சிலசமயம் வருகை சாத்தியப் படாமலே போவதும் உண்டு.

குடும்ப உறுப்பினர் அனுமதி கிடைத்ததும் உடனடியாகப் புறப்பட்டு வரக்கூடிய வசதி பெற்றவராக இருந்தால் கூட, அதிகாரிகள் வேண்டுமென்றே நச்சுப்படுத்தும் இயல்பினராக இருப்பது உண்டு.

சம்பந்தப்பட்டவர் பயணம் செய்வதற்குரிய விமானம் புறப்பட்டுச் சென்ற பிறகு அதிகாரிகள் அவரிடம் அனுமதிச் சீட்டை வழங்குவார்கள்.

சிறைப் பட்டிருப்பவர்களின் குடும்பத்தினர் பெரும்பாலும் கேப் நகரை விட்டுத்தூரா தொலைவிலேயே வசித்தார்கள்.

அவர்களிடம் பயணத்துக்குத் தேவையான பணமும் இராது. ஆகவே, குடும்ப உறுப்பினர்கள், அனுமதிச் சீட்டுப் பெற்ற பிறகும், சிறை இருக்கும் இடத்துக்கு வந்து கைதிகளைக் சந்திப்பது நடைமுறையில் அனுபவ சாத்தியம் இல்லாததாகவே இருந்தது.

ஏழைக் குடும்பங்களைச் சேர்ந்த கைதிகள் அநேகர் வருடக் கணக்கில் அவரவர் மனைவிமாரைக் காணமுடியாத நிலை நீடித்தது. ராபன் தீவுச் சிறையில் அடைபட்டிருந்தவர்களில் பல பேர்தொடர்ந்து பல ஆண்டு காலம் ஒரு வருகையாளரைக் கூடக் கண்டதில்லை.

தொட்டுப் பேச இயலாத சந்திப்புக்கு என்று ஒதுக்கப் பட்டிருந்த அறையோ குறுகலானது. ஜன்னல் எதுவும் இல்லாதது. நெருக்கடியானதும் கூட. ஒரு வரிசையில் ஐந்து பிரிவுகள் அமைக்கப்பட்டிருக்கும்.

மறுபுறம் அதே மாதிரி ஐந்து பிரிவுகள். நடுவில் கண்ணாடி மறைப்பு இருக்கும். அந்தக் கண்ணாடி தடிமனாய், ஒளி புகமுடியாததாக, அழுக்கடைந்தும் காணப்படும். பேச்சின் ஒலி புகுந்து செல்வதற்கு ஏதுவாகக் கண்ணாடியில் சிறுசிறுதுளைகள் இடப்பட்டிருக்கும்.

கைதிகள் உள்புறம் நாற்காலிகளில் அமர்ந்து பேசுவார்கள். அதே மாதிரி மறுபக்கத்தில் வருகையாளர்கள் இருப்பார்கள். ஒருவர் பேசுவது மற்றவருக்குக் கேட்க வேண்டுமெனில், உரக்கக் கத்திப் பேசியாக வேண்டும்.

குறித்த நாளன்று காலையில் மண்டேலா வரவேற்பு அறைக்கு இட்டுச்செல்லப்பட்டார். அறையின் மூலையிலிருந்த நாற்காலியில் அவர் அமர்ந்தார். வரப்போகிறவரை எதிர்பார்த்துப் பரபரப்புடன் காத்திருந்தார்.

திடீரென்று ஜன்னலின் மறுபக்கம் கண்ணாடிக்குப் பின்னால் வின்னியின் இனிய முகம் தோற்றம் கொண்டது. தன் மனைவியைத் தொட்டு, அன்பாகச் சில வார்த்தைகள் பேசி, ஒரு சில கணங்களாவது அந்தரங்கமாகப் பொழுதுபோக்க முடியாமலிருந்தது மாண்டேலாவுக்கு விரக்தியும் வேதனையும் அளித்தது.

அவர்கள் வெகுவாக வெறுத்த நபர்களின் கண் பார்வையில், தூர விலகியிருந்து பேச வேண்டிய நிலைமை இருவருக்கும் சங்கடம் தந்தது.

வின்னி குழந்தை நல அலுவலகத்தில் பணி புரிந்து கொண்டிருந்தார். அவருக்கு இரண்டாவது தடவை தடை உத்தரவு விதிக்கப்பட்டது. அவர் தன் கணவருடன் ரகசியமாகச் செய்தித் தொடர்பு கொண்டிருப்பதாக போலீசார் சந்தேகித்தனர்; உறுதியாக நம்பினார்கள்.

எனவே, அவர் வேலை பார்த்த அலுவலகத்தில் அவர்கள் சோதனை நடத்தினார்கள். அதன் விளைவாக அலுவலக நிர்வாகம் வின்னியை வேலையிலிருந்து நீக்கிவிட்டது.

சமூக நல ஊழியர் என்ற தன்மையில் வின்னி அந்த வேலையைப் பெரிதும் நேசித்து வந்தார். அநாதைக் குழந்தைகளைத் தகுந்த வளர்ப்புப் பெற்றோர்களுக்குத் தத்துப் பிள்ளைகளாக்குவதற்கு உரிய ஏற்பாடுகளைச்செய்வது, வேலை இல்லாதவர்களுக்கு வேலை தேடிக்கொடுப்பது, மற்றும் தேவையானவர்களுக்கு மருத்துவசிகிச்சை கிடைக்கும்படி செய்வது போன்ற சமூகப் பணிகளை அந்த அலுவலகம் கவனித்து வந்தது. இப்பணிகள் வின்னியின் மனசுக்குப் பிடித்திருந்தன. அதை இழந்ததும் அவர் அதிகம் உளவேதனை அனுபவித்தார்.

தன் மனைவிக்கு அளிக்கப்பட்ட தடை உத்தரவும், இதர வகைத் தொந்தரவுகளும் மண்டேலாவுக்கு மிகுந்த துயரம் அளித்தன. அவரால் மனைவியையும் மக்களையும் கவனித்துப் பாதுகாப்பு அளிக்க முடியாத நிலைமைக்காக அவர் வருத்தப்பட்டார்.

அவள் தன்னைத் தானே காத்துக் கொள்ளவிடாதபடி அரசாங்கம் கொடுத்து வந்த தொல்லைகள் பற்றிய எண்ணம் அவரது மனத்துயரை அதிகப்படுத்தியது. அவரது கையாலாகத் தன்மையை எண்ணி அவர் மனம் புழுங்கியவாறு இருந்தார்.

சிறைக்குள் கைதியும் வருகையாளரும் பேசிக்கொள்வது மனசுக்குப் பிடித்த காரியமாக அமைவதில்லை. மறுபக்கத்தில் மனைவிக்குப் பின்னால் இரண்டு வார்டர்கள் நின்று கவனித்துக்

கொண்டிருந்தார்கள்.

உள்ளே மண்டேலாவுக்குப் பின் மூன்று பேர் நின்றார்கள். கண்காணிப்பது மட்டுமே அவர்களது நோக்கமாக இருக்கவில்லை. பேசுகிறவர்களை அச்சுறுத்துவதும் அவர்களுடைய எண்ணமாகும்.

கைதிகளுக்கும் வருகையாளர்களுக்கு மிடையே உரையாடல் ஆங்கிலத்தில் அல்லது ஆப்பிரிக்கப் பொது மொழியிலேயே நடைபெற வேண்டும் என்பது விதியாகும்.

ஆப்பிரிக்க இனங்களின் வட்டாரமொழிகளில் பேசக்கூடாது. மேலும் குடும்ப விஷயங்களை மட்டும்தான் அவர்கள் பேச வேண்டும் என்ற கட்டுப்பாடும் இருந்தது.

குடும்ப சமாச்சாரத்தை விட்டு விலகி, அல்லது அரசியல் விஷயத்தைத் தொட்டு, உரையாடல் விதியை மீறிச் சென்றால், சந்திப்புக்கு உடனடியாக முடிவு கட்டப்படும்.

ஒருவர், வார்டர்களுக்குப் புதிதாகத் தோன்றுகிற ஏதேனும் ஒரு பெயரை உச்சரித்தால், உடனேயே காவலர்கள் குறுக்கிடுவார்கள்.

யார் அது, அவருக்கும் கைதிக்கும் என்ன உறவு என்றெல்லாம் விசாரிப்பார்கள். இது அடிக்கடி நிகழும். ஆப்பிரிக்கர்களின் பெயரமைப்புகள் மற்றும் உறவு முறைகள் பற்றி வார்டர்கள் பொதுவாகப் பரிச்சயம் இல்லாதிருந்ததே இதற்குக் காரணமாகும்.

இப்படி வார்டர்கள் அடிக்கடி தலையிடவும், தங்களது குடும்ப உறவுக்கிளைகள் பற்றி அவர்களுக்கு விளக்கிச் சொல்ல வேண்டிய அவசியம் ஏற்படும்.

இதனால், அபூர்வமாகக் கிடைக்கிற அரிய சந்திப்பு நேரத்தில் கணிசமான பகுதி வீணாகிறதே என்ற மனவேதனை கைதிகளுக்கு உண்டாவது இயல்பேயாகும்.

ஆனாலும், வார்டர்களின் அறியாமையைக் கைதிகள் தங்களுக்குச் சாதகமாகப் பயன்படுத்திக் கொள்ள முடிந்தது என்று சொல்ல வேண்டும். அவர்கள் யாரைப் பற்றிப் பேச விரும்புகிறார்களோ அவர்களது உண்மைப் பெயரைக் குறிப்பிடாமல் சங்கேதப் பெயர்களைத் தங்களுக்குள் பரிமாறிக் கொள்வது சாத்தியமாயிற்று. குடும்பசம்பந்தப்பட்டவர்களைப் பற்றியே பேசுவதாகத் தோன்றும்படி செய்யவும் முடிந்தது.

மண்டேலாவுக்கு, மனைவியுடனான முதல் சந்திப்பு மிக முக்கியமானதாக இருந்தது. மண்டேலாவின் உடல்நிலை குறித்து விசாரித்து அறிவதில் வின்னி ஆவலுடையவராக இருந்தார்.

இதை மண்டேலா உணர முடிந்தது. சிறையில் கைதிகள் கடுமையாக வாட்டி வதைக்கப்பட்டார்கள் என்ற வதந்திகளை வின்னி கேட்டிருந்தார். ஆகவே அவர் கணவனின் உடல் நலம் பற்றி உணர்ச்சியோடு கேட்டார்.

அவர் நன்றாகவே இருக்கிறார்; அவர் உடல் நலத்தோடு இருப்பதை வின்னியே பார்த்தறிய முடியுமே; என்ன, முன்னைவிட அவர் ஓரளவு மெலிந்திருந்தார் என்று மண்டேலா மனைவியிடம் தெரிவித்தார். வின்னியும் மெலிந்தே காணப்பட்டார்.

கவலையும் துயரமுமே இதற்குக் காரணமாகும் என்று மண்டேலா கருதினார். வின்னி சதா பட்டினி கிடந்தார். அவர் சாப்பாட்டைக் குறைக்கக் கூடாது

என்றும், போதுமான அளவு சாப்பிட வேண்டும் என்றும் மண்டேலா மனைவிக்கு வலியுறுத்தினார்.

அவர்களுடைய குழந்தைகள் ஒவ்வொருவரைப் பற்றியும் அக்கறையோடு விசாரித்தார். அவரது அம்மா, சகோதரிகள் பற்றியும், வின்னியின் சொந்தக்காரர்கள் பற்றியும் கேட்டறிந்தார்.

திடீரென, அவருக்குப் பின்னால் நின்ற வார்டர், 'நேரமாகி விட்டது! நேரமாகிவிட்டது!' என்று சொல்வது அவர் காதில் விழுந்தது. அவரால் அதை நம்பமுடியவில்லை. அதற்குள்ளா கவா அரை மணி நேரம் ஆகிவிட்டது? சந்தேகத்துடன் அவர் வார்டன் பக்கம் திரும்பிப் பார்த்தார்.

உண்மையாகவே நேரமாகிவிட்டதுதான். சந்திப்பு நேரம் கண் சிமிட்டும் நொடியில் பறந்தோடிப் போகும். கைதிகள் எப்போதும் உணர்கிற உண்மை இது.

மண்டேலா சிறையிருந்த நீண்ட நெடும் காலம் முழுவதும் இந்த உணர்வை அனுபவித்தார். 'நேரமாகிவிட்டது!' என்று வார்டர் குரல் கொடுக்கும் ஒவ்வொரு வேளையும், அதற்குள்ளா கவா நேரமாகிவிட்டது என்ற வியப்பு உணர்வே அவருக்கு ஏற்பட்டது என்று அவர் குறிப்பிட்டிருக்கிறார்.

மண்டேலாவும் வின்னியும் அவரவர் இருக்கைகளிலிருந்து அவசரமாக அகற்றப்பட்டனர். அவர்கள் இருவரும் அவசர மாகக் கையசைத்துப் பிரிவுவிடை பெற்றார்கள்.

அவர்தனது அறையை நோக்கி நடந்து போகையில், அவர்கள் நடத்திய உரையாடலை நினைத்தவாறே

நடந்தார். பிறகு தொடர்ந்து ஒவ்வொரு நாளும், வாரம் தோறும், மாதக் கணக்கில் அந்தச் சந்திப்பு பற்றியும், இருவரும் பேசிக் கொண்ட விஷயங்கள் பற்றியும் நினைவு கூர்ந்தவாறு பொழுது போக்கினார். மீண்டும் அவளைச் சந்திக்க இன்னும் ஆறு மாத காலம் காத்திருக்க வேண்டுமே என்றும் எண்ணிக்கொள்வார்.

ஆனால் காலம் அவரை ஏய்த்து விட்டது. அடுத்த ஆறாவது மாதம் மண்டேலாவின் மனைவி அவரைக் கண்டுபேச வரமுடியாமல் ஆயிற்று. இரண்டு வருடங்களுக்குப் பிறகு தான் அவர்களுக்கிடையே மறு சந்திப்பு நிகழ வாய்ப்புக் கிட்டியது.

6

ஆப்பிரிக்காவில் நிலைபெற்றிருந்த கொடுமையான இன ஒதுக்கல் கொள்கையை ஒழிப்பதற்காகப் போராடி மக்கள் வாழ்வு நலம் பெறுவதற்காகப் பாடுபட்டதனால், நெல்சன் மண்டேலாவுக்கு *1993* ஆம் வருடம் நோபல் அமைதிப் பரிசு வழங்கப்பட்டது.

1993 டிசம்பர் *10* ஆம் நாள் நார்வேயின் ஆஸ்லோ நகரில் நடைபெற்ற பரிசளிப்பு விழாவில் மண்டேலா அப்பரிசினை ஏற்றார். அப்போது உணர்ச்சிகரமான ஏற்புரையை அவர் நிகழ்த்தினார்.

தென் ஆப்பிரிக்க மக்களின் உரிமைகளுக்காகப் போராடி ஏற்கெனவே நோபல் அமைதிப் பரிசு பெற்ற அவருடைய முன்னோடிகளை அவர் நினைவு கூர்ந்தார். அவ்வாறு சிறப்புட பெற்ற முன்னோடிகளில் மிக முக்கியமானவரான மார்டின் லூதர் கிங் என்கிற ஆப்பிரிக்க அமெரிக்க அரசியல்வாதியும், சர்வதேசவாதியுமான மாமனிதருக்கு உரியமுறையில் புகழாரம் சூட்டினார்.

நாங்கள் எதிர்கொள்ள நேரிட்ட, தற்காலத்தில் பெரிய

பிரச்சினைகள் சிலவற்றுக்கு நியாயமான தீர்வினை அடைவதற்காக உரியமுறையில் போராடியவர். அந்த முயற்சியில் தனது உயிரை அர்ப்பணித்தவர் மார்டின் லூதர் கிங் எ மண்டேலா குறிப்பிட்டார்.

யுத்தம்சமாதானம், இம்சைஅகிம்சை, இனவாதம் மனித கௌரவம், துன்பப்படுத்துவதுஅடக்கி ஒடுக்குதல், விடுதலை மற்றும் மனித உரிமைகள், வறுமை மற்றும் தேவைகளிலிருந்து விடுபடுதல் என்று மனித வர்க்கத்தை இரு கூறாக்குகிற சவால்கள் பற்றி நாம் இங்கு பேசுகிறோம்.

யுத்தம், இம்சை, இனவாதம், துன்புறுத்தல், அடக்கி ஒடுக்குதல், ஒரு மனித இனம் முழுமையும் அனுபவிக்கிற கொடிய வறுமை இவற்றையே சாராம்சமாகக் கொண்டுள்ள ஒரு சமூக அமைப்பு முறைக்கு எதிராகப் பொங்கி எழத் துணிந்த எங்களது இலட்சக்கணக்கான மக்களின் பிரதிநிதியாகத்தான் நான் இங்கு நிற்கிறேன்.

உலகப் பரப்பு நெடுகிலும் வசிக்கிற கோடானு கோடி மக்களின் சார்பாக, இன ஒதுக்கலுக்கு எதிரான இயக்கத்தின் பிரதிநிதியாக நான் இங்கு நிற்கிறேன். எங்களுடன் இணைந்து கொண்ட அரசுகள் மற்றும் அமைப்புகள் சார்பாகவும் நிற்கிறேன். தென் ஆப்பிரிக்கா ஒரு நாடு என்ற முறையிலோ, அதன் மக்கள் இனத்தினர் எவரையுமோ எதிர்த்து நாங்கள் போராடவில்லை.

ஆனால், மனிதத்தன்மை இல்லாத ஒரு அமைப்பு முறையை எதிர்த்தும், மனித இனத்துக்கே எதிரான இன ஒதுக்கல் கொள்கை என்ற குற்றத்துக்கு வேகமான ஒரு முடிவை ஏற்படுத்தவுமே நாங்கள் ஒருங்கு சேர்ந்து போராடினோம். கொடுங்கோன்மை, அந்தி ஆகியவற்றை எதிர்த்து நிற்கும் ஆன்ம வேகமும், தன்னலமின்றிப்

போராடும் தைரியமும், எங்கள் நாட்டின் உள்ளும் அதற்கு வெளியேயும் வசிக்கும் எண்ணற்ற மக்களுக்கு இருந்தது.

ஒருவருக்கு இழைக்கப்படும் கொடுமை மனிதர்கள் அனைவருக்கும் இழைக்கப்படும் தீமையேயாகும் என அவர்கள் உணர்ந்தார்கள். எனவே, நியாயத்தையும், மனிதப் பொதுமையான ஒரு மாண்பினையும் அடைவதற்காக அவர்கள் ஒருங்கிணைந்து செயலாற்றினார்கள்.

வருடக் கணக்கில் அவர்கள் காட்டிய வீரமும் விடாப்பிடியான உறுதியும் நம்பகமானவை. அவற்றை நம்பி இன்று கூட, நமது நூற்றாண்டின் மிகவும் குறிப்பிடத்தக்கதான மானுட வெற்றியைக் கொண்டாடுவதற்காக மனிதகுலம் முழுமையும் ஒன்று திரண்டு உற்சாகமாகக் கைகோத்து நிற்கும் நன்னாளைக் கணித்துக் கூற முடியும்.

அந்தக் கணம் வந்து சேரும்போது, இன வாதம், இன ஒதுக்கல், சிறுபான்மையினரான வெள்ளையரின் ஆதிக்கம் ஆகியவற்றின் மீது நாம் அடையக் கூடிய பொதுவான வெற்றியை நாம் எல்லோரும் ஒருங்கிணைந்து கொண்டாடி மகிழ்வோம்.

அந்த மகத்தான வெற்றி, ஆப்பிரிக்கக் காலனி ஆதிக்கத்தின் ஐந்நூறு வருட வரலாற்றை, போர்த்துகீசிய ராஜ்யம் நிறுவப்பட்ட நாளிலிருந்து தொடங்கிய சரித்திரத்தை, இறுதியான ஒரு முடிவுக்குக் கொண்டு சேர்க்கும்.

உலக வரலாற்றில் அது ஒரு மாபெரும் முன்னேற்றத்தைக் குறிப்பதாகும். இனவாதம் எங்கு தலையெடுத்தாலும், எந்த வடிவத்தில் அது

வல்லிக்கண்ணன் ● 53

தோன்றினாலும் அதை எதிர்த்துப் போராடு வோம் என்று உலக மக்கள் அனைவரும் செய்து கொள்கிற பொதுவான உறுதி மொழியாகவும் அது அமையும்.

ஆப்பிரிக்கா கண்டத்தின் தென்கோடியில், அனைத்து மனித வர்க்கத்தின் பேராலும் துயரப்பட்டவர்களுக்கு, சுதந்திரம் சமாதானம், மானுட மாண்பு மற்றும் மானுட வெற்றிக்காகத் தங்களது அனைத்தையும் தியாகம் செய்தவர்களுக்கு, மதிப்பு மிகுந்த வெகுமதி ஒன்று தயாராகிக்கொண்டிருக்கிறது.

இந்த வெகுமதி பணத்தினால் அளக்கப்படுவது அல்ல. நமது மூதாதையர் வாழ்ந்த தடத்திலேயே நாம் நடைபழகுகிற ஆப்பிரிக்க மண்ணின் உள் ஆழத்தில் உறங்கிக் கிடக்கிற மதிப்பு உயர்ந்த கற்கள் மற்றும் அரிய உலோகங்களின் மொத்தமான விலையைக் கொண்டும் இந்த வெகுமதியைக் கணிக்க முடியாது.

நம் குழந்தைகளின் வளமையாலும் ஆனந்தத்தினாலுமே அதை மதிப்பிட முடியும்; மதிப்பிட வேண்டும். எந்த சமூகத்திலும் மிகுந்த தாக்குதலுக்கு உள்ளாகக் கூடியவர்கள் குழந்தைகள் தான். நமது பொக்கிஷங்களில் மிகச் சிறந்தவை குழந்தைகளே.

குழந்தைகள் திறந்த வெளிகளில் மகிழ்ச்சியோடு விளையாட வேண்டும். அவர்கள் பசிக்கொடுமையினால் பாதிக்கப்படலாகாது; நோய்களினால் வதைபடக்கூடாது, எந்த விதமான தொந்தரவுகளாலும் தவறான வழிமுறைகளாலும் அவர்கள் பயமுறுத்தப்படுதல் கூடாது. அவர்களது இளம் பருவ நிலைக்குப் பெரும் சுமையாக அமையக் கூடிய செயல்களில் அவர்களை ஈடுபடுத்தலாகாது.

குழந்தைகள் உயிர்வாழ்தல், பாதுகாப்பு மற்றும் முன்னேற்றத்துக்கு என்று ஏற்படுத்தப்பட்டுள்ள உலக சாசனத்தில் குறிக்கப் பெற்றுள்ள அனைத்தையும் நிறைவேற்றும் தளராமுயற்சியில் புதிய ஆப்பிரிக்காவை நாங்கள் அர்ப்பணிக்கிறோம்.

நாம் குறிப்பிட்ட வெகுமதி, இக்குழந்தைகளின் தாய்மார்களும் தந்தையரும் அனுபவிக்கிற சந்தோஷத்தாலும் அளக்கப்படும்; அளக்கப்பட வேண்டும்.

நாம் திருடப்படுவோம் அல்லது அரசியல் ஆதாயத்திற் காகவோ இதர லோகாயத லாபம் கருதியோ நாம் கொல்லப்படுவோம், அல்லது பிச்சைக்காரநிலையில் இருப்பதற்காக நாம் காறி உமிழப்படுவோம் என்ற அச்சம் எதுவுமின்றி அவர்கள் இந்த மண்ணில் உலாவர வேண்டும்.

பசி, வீடற்ற நிலை, வேலையில்லாத் திண்டாட்டம் ஆகியவற்றின் காரணமாகத் தங்கள் இதயங்களில் சுமந்து திரிகிற கனத்த அவநம்பிக்கையிலிருந்தும் அவர்கள் விடுவிக்கப்பட வேண்டும்.

துயரங்கள் அனுபவித்த அனைவருக்கும் அளிக்கப்படுகிற பரிசின் மதிப்பு, எங்கள் நாட்டின் அனைத்து மக்களின் நலத்தினாலும் சந்தோஷத்தினாலுமே மதிப்பிடப்படும் மதிப்பிடப் பெற வேண்டும்.

தங்களைப் பிரித்து வைக்கும் மனிதத்தன்மை இல்லாத சுவர்களை இடித்து நொறுக்கி மகிழ்வார்கள் எம் நாட்டு மக்கள். பெரும் திரளான எம் மக்கள் மனித மாண்புக்குக் கொடிய இழுக்கு ஆக விளங்கும் போக்கைப் புறமுதுகிடச் செய்வார்கள்.

இந்தப் போக்கானது சிலரை எஜமானர்கள் என்றும் மற்றவர்களை அடிமைகள் எனவும் விவரிக்கிறது; பிறரை கொள்ளை அடிப்பதன் மூலமே தாம் உயிர்வாழ முடியும் என்ற நிலைக்கு ஒவ்வொருவரையும் மாற்றிவிடுகிறது.

நம் அனைவருக்கும் பொதுவான இந்தப் பரிசு இறுதியில் வெற்றி பெற இருக்கிற மகிழ்ச்சிகரமான அமைதி நிலைமையினால் அளவிடப்படும் அளவிடப் பெற வேண்டும், கறுப்பர் களையும் வெள்ளையரையும் ஒரே மனித இனமாக இணைக்கப் போகிற பொதுவான ஜன சமுதாயம், நாம் எல்லோரும் சொர்க்கத்தின் குழந்தைகள் போல வாழ்வோம் என்று பரஸ்பரம் கூறி மகிழும்.

இந்த விதமாக நாம் வாழ்வோம். ஏனெனில் நாம் புதியதோர் சமுதாயத்தை உருவாக்கியிருப்போம். அந்த சமுதாயத்தில், பிறப்பினால் எல்லோரும் சமம் என்ற அங்கீகாரம் கிட்டியிருக்கும். வாழ்வு, சுதந்திரம், வளங்கள், மனித உரிமைகள், நல்ல அரசாட்சி முறைமை ஆகியன ஒவ்வொருவருக்கும் சம அளவில் கிடைக்க வழி ஏற்பட்டுவிடும்.

அத்தகைய சமூகம், மன சாட்சியின் கைதிகளாக மனிதர்கள் வசிப்பதை ஒருபோதும் அனுமதிக்காது. எந்த ஒரு மனிதனின் மானுட உரிமைகள் மீறப்படுவதற்கும் இடம் தராது.

அமைதி வழியில் மாற்றங்கள் ஏற்படுவதற்கு உதவும் பாதைகளை ஆக்கிரமிப்பாளர்கள் தடை செய்வது மீண்டும் ஒரு போதும் நிகழக்கூடாது.

தங்களது சுயநலத்துக்காக இழிவான காரியங்களில் முனைவதற்கென்றே ஆக்கிரமிப்பாளர்கள்

மக்களிடமிருந்து அவர்களது சக்தியைப் பறித்து விடுவதில் கருத்தாக இருக்கிறார்கள்.

இது சம்பந்தமாக, பர்மா நாட்டை ஆட்சி புரிவோருக்கு நாம் ஒரு வேண்டுகோள் விடுக்கிறோம். நோபல் அமைதிப் பரிசினைப் பெறுவதற்காக எங்களோடு தேர்வு செய்யப் பட்டுள்ள அவுங் சான் சூ குயியை அவர்கள் விடுதலை செய்ய வேண்டும்.

அவரோடும் அவருடன் இணைந்து பர்மிய மக்களின் நலனுக்காகப் பாடுபடுகிறவர்களோடும் சீரிய முறையில் பேச்சு வார்த்தை நடத்த வேண்டும்.

இப்படிச் செய்வதற்குத் தேவையான அதிகாரத்தைப் பெற்றிருப்பவர்கள் இதை உடனடியாகச் செய்ய வேண்டும் என்று கோருகிறோம். இதன் மூலம் சூ குயி அம்மையார் அவரது ஆற்றல்களையும் சக்தியையும் தனது நாட்டு மக்கள் மற்றும் பரந்த அளவில் மனித சமுதாயம் முழுமையினது நன்மைக்கும் பயன்படுத்துவதற்கு அனுமதிக்க வேண்டும்.

எங்கள் சொந்த நாட்டின் கரடு முரடான குழப்பம் நிறைந்த அரசியலிலிருந்து விலகி நின்ற, நார்வே நாட்டின் நோபல் கமிட்டியுடன் இணைந்து, பரிசு பெறுவதில் எனது கூட்டாளியாக விளங்குகிற மிஸ்டர் எஃப்.டபிள்யு. டி கிளெர்க் அவர்களுக்குப் புகழாரம் சூட்டுவதற்கு இந்த சந்தர்ப்பத்தைப் பயன்படுத்த விரும்புகிறேன்.

இனஒதுக்கல் கொள்கையை எங்கள் நாட்டின் மீதும் நாட்டு மக்கள் மீதும் நடைமுறைப் படுத்தியதன் மூலம் பயங்கரமான கொடிய தீங்கு இழைக்கப்பட்டுள்ளது என ஒப்புக் கொள்ளும் துணிவு அவருக்கு இருந்தது.

தென் ஆப்பிரிக்க இனத்தினர் அனைவரும், தகுந்த பேச்சு வார்த்தைகள் மூலமும் வெள்ளை இனத்தவரோடு சம அளவில் கூடியும், அவர்களது எதிர்காலத்தை அவர்கள் எவ்வாறு அமைத்துக் கொள்ள விரும்புகிறார்கள் என்பதைக் கலந்தாலோ சித்து முடிவு செய்ய வேண்டும் என்று, ஆப்பிரிக்க மக்களைப் புரிந்து கொள்ளவும் அங்கீகரிக்கவும் கூடிய மனமும் தீர்க்க தரிசனமும் அவருக்கு இருந்தது.

படுநாசத்தை மட்டுமே விளைவிக்கும் என்று நிரூபிக்கப் பட்டு விட்ட பிரத்தியேகக் கொள்கையை இறுகப் பற்றிக் கொண்டிருப்பதன் மூலம் நியாயத்துக்கும் சமாதானத்துக்கும் தங்களால் பங்களிக்க முடியும் என்று தவறாக நம்பிக் கொண்டிருக்கிற சில பேர் எங்கள் நாட்டிக்குள்ளேயே இன்னும் இருக்கிறார்கள்.

சரித்திரம் நிராகரிக்கப்படாது என்பதையும்,

மாபெரும் வெறுப்புக்கு உரிய கடந்த காலத்தைப் புது மெருகிட்டு வசீகர உறைகளில் பொதிந்து கொடுப்பதன் மூலம், புதிய சமுதாயத்தை உருவாக்க முடியாது என்பதையும் புரிந்து கொள்வதற்குப் போதுமான ஞானம் அவர்களுக்குச் சித்திக்கும் என்ற நம்பிக்கை எங்களுக்கு இருக்கிறது.

தென் ஆப்பிரிக்கா தன்னைத் தானே புதிதாக அமைத்துக் கொள்ளப் போராடுகிற நிலையில், பிறப்பதற்குப் போராடிக் கொண்டிருக்கும் புதிய உலகத்தின் சின்னஞ்சிறு வடிவமாக தோற்றம் தரும் என்ற நம்பிக்கையோடு நாங்கள் வாழ்கிறோம்.

மானுட உரிமைகளை மதிக்கும் ஜனநாயக உலகமாக, வறுமை பசி பிடுங்கிக் கொள்வதனால் ஏற்படும் இழப்பு – அறியாமை ஆகிய கொடுமைகளிலிருந்து விடுபட்ட ஒரு உலகமாக, உள்நாட்டு யுத்தம் மற்றும் வெளிப்புற ஆக்கிரமிப்பு எனும் துன்புறுத்தல்கள் நீங்கப் பெற்ற உலகமாக, கோடிக்கணக்கான மக்கள் அடிமைப்படுத்தப்படும் பயங்கர நிகழ்வு எனும் சுமை அகற்றப்பட்ட உலகமாக அது அமையவேண்டும்.

உலகம் எப்படி இருக்க வேண்டும் என்று மன சாட்சி உள்ள மனிதர்கள் அனைவரும் விரும்புவார்களோ அந்த நிலைமையின் உயிர்ப்பிரமாணமாக எங்கள் நாட்டை உருவாக்குவதற்கு இன்றையக் கால வேகத்தை நாங்கள் பயன்படுத்தியாக வேண்டும் என்று தென் ஆப்பிரிக்க நாடுகள் அனைத்தும் ஈடுபட்டிருக்கிற செயல்முறைகள் எங்களை அழைக்கின்றன; எங்களுக்கு உந்துதல் தருகின்றன.

நிகழ்ந்து முடிந்து விட்ட விஷயங்களுக்கான ஒரு

பாராட்டாக இந்த நோபல் அமைதிப் பரிசு விளங்குகிறது என நாங்கள் நம்பவில்லை.

இன ஒதுக்கல் முறை முடிவு கட்டப்பட வேண்டும் என்று விரும்புகிற, இப்பிரபஞ்சம் முழுவதும் நிறைந்திருக்கிற, மக்களின் வேண்டுதலே இது என்று கூறுகிற குரல்களை நாங்கள் கேட்கிறோம்.

அவர்களின் வேண்டுகோளை நாங்கள் புரிந்து கொள்கிறோம். ஜனநாயகம், நீதி, சமாதானம், இனவேற்றுமை இன்மை, ஆண் பெண் என்கிற பேதம் இல்லாமை, அனைவருக்கும் வளமான வாழ்வு, ஆரோக்கியமான சூழ்நிலை, மானிட சமத்துவமும் அனைத்து நாட்டு மக்களின் ஒருமைப்பாடும் ஆகியவை மனித குலம் நீடித்து வாழ்வதற்குத் தேவையான இயல்பான நிலைமையாகும்.

இதை நடைமுறைப் படுத்திக்காட்டுவதற்கான தனித்தன்மை உடைய, வேதனை மிகுந்த அனுபவத்தை எங்கள் நாடு பெற்றுக் கொண்டிருக்கிறது. அந்த அனுபவம் பூரண சித்தி பெறுவதில் நாங்கள் எங்கள் வாழ்வின் எஞ்சியுள்ள பகுதியையும் அர்ப்பணிப்போம். அந்தக் குரல் எங்களுக்கு அதற்கான ஊக்கத்தை அளிக்கிறது.

அக்குரலினால் நெகிழ்ச்சியுற்றும், நீங்கள் எங்கள் மீது சுமத்தியுள்ள மேன்மையினால் உந்தப் பெற்றும், நமது உலகத்தைப் புதுப்பிப்பதற்கான முயற்சியில் நாங்களும் எங்களாலான பங்களிப்பைச் செய்வோம் என்று உறுதி கூறுகிறோம். வருங்காலத்தில் மண்ணின் இழிந்த பிறவி என்று எவருமே விவரிக்கப்பட முடியாத நிலைமை ஏற்பட வேண்டும்.

நோபல் அமைதிப் பரிசு உள்ளடக்கியுள்ள மனிதகுல உன்னத லட்சியங்களுக்குத் தகுந்தபடி வாழவிடாமல் எங்களது அசிரத்தையும் நல்லவனற்றில் நம்பிக்கையற்ற தன்மையும் சுயநலமும் எங்களைத் தடுத்து வைத்திருந்தன என்று எங்களுடைய வருங்காலச் சந்ததியினர் குறைகூறக்கூடிய நிலைமை ஒருநாளும் ஏற்படக் கூடாது.

இனபேதமும் யுத்தமும் நிலவுகிற ஒளியற்ற காரிருளில் கட்டுண்டுகிடக்கிற துயர நிலைமை இனி ஒரு போதும் இருக்கக்கூடாது என்று கூறிய மார்டின் லூதர் கிங் சரியாகவே சொன்னார் என்பதை நம் அனைவரது போராட்டங்களும் நிரூபிக்கட்டும்.

உண்மையான சகோதரத்துவம், அமைதி ஆகியவற்றின் அழகு வைரங்கள் அல்லது வெள்ளி அல்லது தங்கத்தை விட மதிப்பு உயர்ந்தது என்று அவர் கூறியபோது, அவர் வெறும் கனவு காணவில்லை என்பதை நம் அனைவரது முயற்சிகளும் நிரூபிக்கட்டும்.

ஒரு புதிய யுகம் உதயமாகட்டும்.

நன்றி.

இவ்வீர முழக்கமே நோபால் பரிசளிப்பு விழாவின்போது மண்டேலா நிகழ்த்திய ஏற்புரை ஆகும்.

7

நெல்சன் மண்டேலாவின் வாழ்க்கை ஒளிமயமானதாகும். அவருடைய ஆற்றலும், ஆர்வமும், அயரா உழைப்பும், இலட்சிய வேகமும், அவருடைய சொந்த நாட்டின் மக்களை ஈர்த்தது போலவே, உலக நாடுகள் பலவற்றிலும் உள்ளவர்களையும் வசீகரித்தது. அவரது பெருமைகளை உணர்ந்த மக்கள் அவரைப் போற்றிப் புகழ்ந்தார்கள்; பட்டங்களும் பதவிகளும் அளித்துப் பெருமைப்படுத்துவதில் உற்சாகம் காட்டினார்கள்.

இளம் பிராயத்திலிருந்தே மண்டேலா பலவிதமான கவுரவிப்புகளையும் சிறப்புகளையும் பெற்று விளங்கினார். லண்டனில் உள்ள யுனிவர்சிட்டி காலேஜ் மாணவர்கள் மண்டேலாவைத் தங்கள் சங்கத்தின் கவுரவத் தலைவராகத் தேர்ந்தெடுத்துப் பெருமைப்படுத்தினார்கள்.

மறுவருடம், பிரிட்டனில் லீட்ஸ் நகர யுனிவர்சிட்டி மாணவர்கள் மண்டேலாவைத் தங்கள் சங்கத்தின் கவுரவத் தலைவராகத் தேர்வு செய்து மகிழ்ந்தார்கள்.

லீட்ஸ் யுனிவர்சிட்டியில் புதிதாகக் கண்டுபிடிக்கப்பட்ட ஒரு முக்கிய கதிர்வீச்சிற்கு

மண்டேலா கதிரொளி என்று பெயர் சூட்டிப் பெருமைப்பட்டார்கள்.

1975ல் லண்டன் யுனிவர்சிட்டியின் மாணவசங்கத்தின் கவுரவ ஆயுள் உறுப்பினராக மண்டேலா ஏற்றுக் கொள்ளப்பட்டார்.

மாசேரு நகரின் லீசாதோ யுனிவர்சிட்டி மண்டேலாவுக்கு கவுரவ டாக்டர் பட்டம் அளித்துத் தன்னைப் பெருமைப் படுத்திக்கொண்டது.

1980ஆம் ஆண்டில், ஜவாகர்லால் நேரு பிறந்த தினமான நவம்பர் 14ஆம் தேதி, புது டில்லியில் ஜவாகர்லால் நேரு விருது மண்டேலாவுக்கு வழங்கப்பட்டது. சர்வதேசப் பிரச்னைகளை உணர்ந்து உரிய முறையில் தொண்டாற்றுகிறவரைப் பெருமைப் படுத்துவதற்கான விருது அது.

ஆண்டு தோறும், உலகம் நெடுகிலும், இவ்வாறு மண்டேலாவைக் கவுரவித்துப் பட்டங்களும் விருதுகளும் வழங்கப்பட்டவாறிருந்தன.

1981ல் இங்கிலாந்தின் கிளாஸ்கோ நகரின் சுதந்திர சாசனம் மண்டேலாவுக்கு அளிக்கப்பட்டது. அதற்கான பத்திரத்தை, மண்டேலா சார்பில், நைஜீரியாவின் துணைத்தலைவர் பெற்றுக்கொண்டார்.

லண்டனில் உள்ள வட்டாரத்தின் ரோடுக்கு மண்டேலாவின் பெயர்சூட்டப் பெற்றது.

சிறையில் அடைக்கப்பட்டிருந்த மண்டேலாவை விடுவிக்கக் கோரிப் பதினேழாயிரம் மக்கள் கையெழுத்திட்ட விண்ணப்பம், பாரிஸ் நகரில் உள்ள தென் ஆப்பிரிக்கத் தூதர் அலுவலகத்தில்

கொடுக்கப்பட்டது.

மனித உரிமைகள் சம்பந்தமாகப் பாடுபடுகிறவருக்கு என்று நிறுவப்பெற்ற டாக்டர் புரூனோ கிரீஸ்கி பரிசு, ஆஸ்திரியா நாட்டின் வீயன்னா நகரில் மண்டேலாவுக்கு அளிக்கப்பட்டது.

1982இல், லண்டனில் உள்ள பொருளாதாரம் மற்றும் அரசியல் விஞ்ஞானப் பள்ளிக்கூடத்தின் மாணவர் சங்கத்தின் கவுரவ ஆயுள் உறுப்பினராக மண்டேலா தேர்ந்தெடுக்கப்பட்டார்.

உலகெங்கணும் உள்ள ஐம்பத்து மூன்று நாடுகளைச் சேர்ந்த இரண்டாயிரம் மேயர்கள், நெல்சன் மண்டேலாவை உடனே விடுதலை செய்ய வேண்டும் என்று கோரிக் கையெழுத்திட்ட விண்ணப்பம் 1982 ஆகஸ்டில் தயாரானது.

மண்டேலாவை விடுதலை செய்க என்று ஆப்பிரிக்க ஒற்றுமை அமைப்பு குரல் கொடுத்தது.

ரோம் நகரத்தின் கௌரவ பிரஜா உரிமை 1983இல் மண்டேலாவுக்கு அளிக்கப்பட்டது. அதற்கான பத்திரத்தை மொஸாம்பிக் நாட்டின் துணைத்தலைவர்பெற்றுக் கொண்டார்.

கிரேக்க நாட்டின் புராதன ஒலிம்பிக் போட்டிப்பந்தய விளையாட்டுகளின் நகரமான ஒலிம்பியாவின் கௌரவக் குடியுரிமை அவருக்கு வழங்கப்பட்டது.

அமெரிக்காவில், நியூ யார்க் நகரின் நகரக் கல்லூரி கௌரவ சட்ட டாக்டர் பட்டத்தை மண்டேலாவுக்குத் தந்தது.

அயர்லாந்தில், டப்ளின் நகர சபை, எலிசபத் பிரிங்க் உருவாக்கி, நெல்சன் மண்டேலாவுக்குச் சமர்ப்பிக்கப்பட்ட ஒரு சிற்பம் நகரப் பூங்காவில் திறந்து வைக்கப்பட்டது.

'சர்வதேவ நட்புறவு நட்சத்திரம்' விருது தங்கத்தாலான பதக்கம் ஜெர்மன் ஜனநாயகக் குடியரசால் மண்டேலாவுக்கு வழங்கப்பட்டது.

பிரிட்டனின் ஹார்லோ நகர சவை, நகரத்தின் ஒரு பெரிய ரோடுக்கு நெல்சன் மண்டேலா ரோடு எனப் பெயரிட்டு மகிழ்ந்தது.

பிரிட்டனில் உள்ள முக்கியமான தொழிற்சங்கங்களில் ஒன்று, சங்கத்தின் நிர்வாகக் குழு கூடுகிற அறைக்கு 'நெல்சன் மண்டேலா அறை' எனப் பெயரிடுவதற்காக விசேஷ விழா ஒன்றை ஏற்பாடு செய்தது.

கிரீன்விச் நகரின் 'லண்டன் பரோ' என்ற பகுதியின் குடியுரிமை மண்டேலாவுக்கு அளிக்கப்பட்டது.

ஐக்கிய நாடுகள் சபை, அதன் முதலாவது சிமோன் பொலிவார் சர்வதேசப் பரிசை, நெல்சன் மண்டேலாவுக்கும், ஸ்பெயின் நாட்டின் கிங் ஜுவான் கார்லோசுக்கும் கூட்டாக வழங்கியது. அதற்கான விழா வெனிசுலா நாட்டில் காரகாஸ் என்ற இடத்தில் நடைபெற்றது.

பிரிட்டனில் லீட்ஸ் நகர சபை, சபையின் மைய ஹாலை 'நெல்சன் மண்டேலாகார்டன்ஸ்' என்று பெயரிட்டுப் பெருமை கொண்டது.

நெல்சன் மண்டேலாவும் வின்னி மண்டேலாவும் அமெரிக்க நாட்டின் கௌரவப் பிரஜைகளாக

ஆக்கப்பட வேண்டும் என்று அமெரிக்க காங்கிரசின் பன்னிரண்டு உறுப்பினர்கள் கோரிக்கை விடுத்தார்கள்.

மண்டேலாவையும் மற்றுமுள்ள கைதிகள் அனைவரையும் விடுதலை செய்யும்படி தென் ஆப்பிரிக்கா அரசாங்கத்தை நெதர்லாந்தின் அரசு தூண்டவேண்டும் என்று நெதர்லாந்து பார்லி மெண்டின் ஒரு பிரிவினர் கோரிக்கை எழுப்பினர்.

நெல்சன் மண்டேலா விடுதலை செய்யப்பட வேண்டும் என்று பிரிட்டிஷ் பார்லிமெண்டின் எழுபத்தெட்டு உறுப்பினர்கள் வேண்டுகோள் விடுத்தார்கள்.

பிரிட்டனில், ஹல் நகரில் உள்ள பூங்கா 'மண்டேலா பூங்கா' எனப் பெயர் பெற்றது.

அதன் வருடாந்தர மாநாட்டுக்கு மண்டேலா விருந்தினராக வர வேண்டும் என்று பிரிட்டனின் தொழிற் கட்சியினர் அழைத்தார்கள்.

நெல்சன் மண்டேலாவை உடனடியாக விடுவிக்கவேண்டும் என்றும், அவர் விடுதலையாகி வந்தால் அவருக்கு அரசியல் பாதுகாப்பு அளிக்க அரசு தயாராக இருக்கிறது என்றும் நெதர்லாந்து அரசு தென் ஆப்பிரிக்க அரசாங்கத்துக்குத் தெரிவித்தது.

தென் ஆப்பிரிக்காவில் உள்ள நேட்டால் யுனிவர்சிட்டியின் சான்சலர் பதவிக்கு, மாணவர் பிரதி நிதிக் குழுவினர் மண்டேலா பெயரை முன்மொழிந்தனர்.

பிரிட்டனில் உள்ள லங்காஸ்டர் யுனிவர்சிட்டி அவருக்கு கவுரவ டாக்டர் பட்டம் வழங்கியது.

வேல்ஸ் நாட்டின் கார்டிப் நகரம் அதன் தெருக்களில் ஒன்றுக்கு நெல்சன் மண்டேலா பெயரைச் சூட்டியது.

வார்விக் யுனிவர்சிட்டி மாணவர்களும், சவுத் பேங்க் பாலிடெக்னிக் மாணவர்கள் சங்கமும் தங்கள் அறைகளுக்கு 'நெல்சன் மண்டேலா அறை' என்று பெயரிட்டு அவரைக் கவுரவப்படுத்தினார்கள்.

ஐக்கிய நாடுகள் சபையின் தென் ஆப்பிரிக்க மிஷன் முன்னால் உள்ள சவுக்கத்துக்கு, 'நெல்சன் மற்றும் வின்னி மண்டேலா பிளாசா' என்ற பெயரை நியூ யார்க் நகரம் சூட்டியது.

*1984*இல், புரூசேல்ஸ் யுனிவர்சிட்டி மண்டேலாவுக்குக் கவுரவ டாக்டர் பட்டம் அளித்தது.

லண்டனில் காம்டன் பரோ வட்டாரத்தில், இன ஒதுக்கல் முறைக்கு எதிரான இயக்கத்தின் தலைமைச் செயலகம் இருக்கும் தெருவுக்கு 'மண்டேலா தெரு' என்ற பெயரை காம்டன் பரோ நகரசபை சூட்டியது.

பிரிட்டிஷ் பாப் இசைக் குழுவின் விசேஷப் பிரிவினர் 'நெல்சன் மண்டேலாவை விடுதலை செய்' என்றொரு இசைத்தட்டை பேராதரவைப் பெற்றது.

லண்டன் நகரில், ஹேக்னி கவுன்சில், ஒரு வீட்டு வரிசைக்கு 'நெல்சன் மண்டேலா பிளாக்' என்று பெயரிட்டது.

கியூபாவில், அதன் தலைவர் பிடல் காஸ்ட்ரோ, ப்ளாயா கிரான் விருதை மண்டேலாவுக்கு அளித்தார்.

பிரிட்டனில் உள்ள தேசிய மற்றும் லோக்கல் கவர்ன்மெண்ட் ஆபீசர்களின் சங்கம் அவரைத் தங்கள் சங்கத்தின் கௌரவ உறுப்பினராக ஏற்றுக் கொண்டது.

லண்டன் மாநகரின் ஹாரிங்கே பரோ கவுன்சில் அங்கு கட்டப் பெற்ற வீட்டு வசதிக் கட்டங்களுக்கு நெல்சன் மண்டேலா பெயரைச் சூட்டிப் பெருமை தேடிக் கொண்டது.

அமெரிக்கப் பிரதிநிதிகள் சபையில், நூற்று முப்பத்தைந்து காங்கிரஸ் உறுப்பினர்கள் நெல்சன் மண்டேலாவை விடுதலை செய்ய வேண்டும் என்ற தீர்மானத்தை முன் வைத்தார்கள். அயல் நாடுகளில் செயல் கமிட்டியின் சபையினர் அதை உற்சாகமாக வரவேற்றார்கள். செனட் சபையும் அதை அங்கீகரித்தது.

ஆப்பிரிக்காவில் உள்ள நெதர்டுயிட்சி ஜெரிபார்மீயர் டெகெர்க் எனும் அமைப்பு நெல்சன் மண்டேலாவின் விடுதலைக்காகக் குரல் எழுப்பியது.

அயர்லாந்தில் டப்ளின் நகரின் மெரியான் சதுக்கம் என்கிற முக்கிய இடத்தில் மண்டேலாவுக்கு ஒரு நினைவுச் சின்னம் திறந்து வைக்கப்பட்டது.

மண்டேலாவும் மற்றுமுள்ள தென் ஆப்பிரிக்க அரசியல் கைதிகள் அனைவரும் விடுதலை செய்யப்படவேண்டும் என்ற கோரிக்கையுடன் ஐம்பதினாயிரம் சர்வ தேச மக்கள் கையெழுத்திட்ட விண்ணப்பத்தை பிஷப் ட்ரெவோர் ஹடில்ஸ்டன், ஐக்கிய நாடுகள் சபையின் பொதுச் செயலரிடம் அளித்தார்.

ஸ்காட்லாந்தின் ஸ்ட்ராக்க்ளைட் யுனிவர்சிட்டி மாணவர்கள் சங்கம் அவரைக் கௌரவ உறுப்பினராகத் தேர்வு செய்து மகிழ்ந்தது.

பெல்ஜியத்தில் விஜ்நெஜென் நகரின் பிரஜா உரிமை

அவருக்கு வழங்கப்பட்டது.

ஜெர்மன் ஜனநாயகக் குடியாட்சி, சர்வதேச நட்புரிமை நட்சத்திரம் விருதை அவருக்கு அளித்தது.

அபெர்டீன் நகரின் குடியுரிமை நெல்சன் மண்டேலாவுக்கும் அவர் மனைவி வின்னிக்கும் வழங்கப்பட்டது.

ஜெர்மன் ஜனநயாகக் குடியாட்சியில் உள்ள பள்ளிக் கூடத்துக்கு 'நெல்சன் மண்டேலா பள்ளி' என்று பெயரிடப்பட்டது.

*1985*ல் பிரிட்டனின் நெவன்யு அலுவலர் கூட்டமைப்பு, அதன் காமன்வெல்த் தொழிற்சங்க மாணவர் உதவித் திட்டத்துக்கு நெல்சன் மண்டேலா பெயரைச் சூட்டியது.

லண்டனில் ஸவுத்வார்க்பரோ அதன் புதிய சாலையை 'மண்டேலா வழி' என்று அழைத்துப் பெருமைப்பட்டது.

நாட்டிங் ஹாம் நகரசபை அதன் விளையாட்டுக் கேந்திரத்தில் ஒரு அறைக்கு அவர் பெயரைச் சூட்டியது.

பிரிட்டனில் உள்ள ஐம்பதுக்கும் மேற்பட்ட நகரங்கள், மாநகரங்களின் மேயர்கள், மேயர்களுக்குரிய உடை தரித்து லண்டன் மாநகரில் ஊர்வலமாகச் சென்றார்கள். பிரதம மந்திரியைச் சந்தித்து, நெல்சன் மண்டேலாவை விடுதலை செய்வதற்கு அத்தியாவசியமான நடவடிக்கைகளை அவர் மேற்கொள்ள வேண்டும் என்று கேட்டுக்கொண்டார்கள்.

லண்டனை இருப்பிடமாகக் கொண்டு செயல்பட்டு

வந்த, சமூக மற்றும் பொருளாதார ஆய்வுகளுக்கான மூன்றாவது உலக பவுண்டேஷன் எனும் அமைப்பு, 1985ஆம் ஆண்டுக்கு உரிய மூன்றாவது உலகப் பரிசை நெல்சன் மண்டேலாவுக்கும் வின்னி மண்டேலாவுக்கும் கூட்டாக வழங்கியது.

பிரிட்டனின் ஹல் நகரத்தின் குடி உரிமை அவருக்கு அளிக்கப்பட்டது.

பிரான்ஸ் நாட்டின் போர்டியோ நகரைச் சேர்ந்த மனித உரிமைக் கழகத்தின், லுடோவிக் ட்ராரியூ சர்வதேச மனித உரிமைப் பரிசு மண்டேலாவுக்கு அளிக்கப்பட்டது.

இன ஒதுக்கலுக்கு எதிராகச் செயல்படும் எழுத்தாளர்கள் பத்திரிகையாளர்களின் சங்கமான நைஜீரிய எழுத்தாளர்கள் சங்கம், மண்டேலாவை ஆயுள்காலப் புரவலர் என்ற பட்டமளித்துக் கௌரவித்தது.

பிரிட்டனில், மேற்கு யார்க்ஷயர் வட்டாரத்தைச் சேர்ந்த ஹட்டர்ஸ் பீல்டு நகரம், அங்குள்ள சொற்பொழிவாளர் அரங்கத்துக்கு நெல்சன் மண்டேலா அரங்கம் என்று மறுபெயரிட்டுப் பெருமை கொண்டது.

பிரேசில் நாட்டின் ரியோடி ஜனிரோ நகரின் குடி உரிமை அவருக்கு அளிக்கப்பட்டது.

பிரேசிலின் ரியோடி ஜனிரோ யுனிவர்சிட்டி 'டிப்ளமா ஆஃப் ஹானர் அண்ட் ஃபிரண்ட்ஷிப்' விருதை அவருக்கு வழங்கியது.

லண்டன் மாநகரில், 'கிரேட்டர் லண்டன் கவுன்சில்' எனும் மாநகர சபை நெல்சன் மண்டேலாவுக்குச் சிலை

நிறுவியது. அதை ஆலிவர் டாம்போ திறந்து வைத்தார்.

செனகல் நாட்டின் தலைவர் அப்டூ டையோயுப், ஸோ வெடோ சதுக்கத்தையும் நெல்சன் மண்டேலா சாலையையும், டாக்கார் நகரின் மையப்பகுதியையும், திறந்துவைத்தார்.

நைஜீரியா நாட்டின் அகமது பெல்லோ யுனிவர்சிட்டி சட்டத்துறைக்கான டாக்டர் பட்டத்தை அவருக்கு வழங்கியது.

1986இல் தென் ஆப்பிரிக்காவின் தேசியச் சுரங்கத் தொழிலாளர்களின் யூனியன் மண்டேலாவைக் கௌரவ ஆயுள் காலத்தலைவராகத் தேர்ந்தெடுத்தது.

கறுப்பு நிற மக்களின் முன்னேற்றத்திற்கான தேசிய சங்கம் டுபாய் சர்வதேச மெடலை மண்டேலாவுக்கு அளித்தது.

கவென்ட்ரி நகர சபை தனது புதிய கட்டடத்துக்கு மண்டேலா பெயரை இட்டது.

ஸ்பெயின் நாட்டின் பார்சிலோனாவில், அல்பான்சோ காமின் பவுண்டேஷன் அமைதிப் பரிசு அவருக்கு அளிக்கப்பட்டது.

வேல்ஸ் நாட்டின் ஐல்வின்பரோவின் குடி உரிமை அவருக்கும் வின்னி மண்டேலாவுக்கும் வழங்கப்பட்டது.

ஸ்வீடன் நாட்டில் ஸ்டாக்ஹோம் நகரில் உள்ள உழைப்பாளிகளின் சர்வதேச மையம், சர்வதேச அமைதி மற்றும் சுதந்திரத்துக்கான பரிசை அவருக்கு அளித்தது.

மலேசியாவின் சர்வதேச ஆய்வுக் குழுவினர் அமைப்பு மூன்றாம் உலகப் பரிசை நெல்சன் மற்றும்

வின்னி மண்டேலா வுக்கும் இணைந்து வழங்கியது.

ஸிம்பாப்வே யுனிவர்சிட்டியின் கௌரவ சட்ட டாக்டர் பட்டம் தரப்பட்டது.

இங்கிலாந்தில், லெய்செஸ்டர் நகரப் பூங்காவுக்கு மண்டேலா பெயர் இடப்பட்டது.

பிரிட்டனின் கடலோடிகளது தேசிய யூனியன் வின்னி, நெல்சன் மண்டேலா இருவருக்கும் கௌரவ உறுப்பினர் பதவி அளித்து மகிழ்ந்தது.

ஸ்காட்லாந்தில், கிளாஸ்கோ நகரில், தென் ஆப்பிரிக்கத் தூதரகம் அமைந்துள்ள வீதியின் பெயர் மண்டேலா வீதி என மாற்றி அமைக்கப்பட்டது.

1987இல், ஆஸ்திரேலியா நாட்டில், முதல் முறையாக வழங்கப்பட்ட சிட்னி நகரின் பிரஜா உரிமையைப் பெறும் முதல் நபராக மண்டேலா தேர்வு செய்யப்பட்டார்.

கரீபியன் நாட்டின், யுனைடேட் ஸ்டேட்ஸ் ராஸ் யுனிவர்சிட்டி மெடிகல் ஸ்கூல் மண்டேலாவுக்கும் வின்னிக்கும் கௌரவ டாக்டர் பட்டங்கள் வழங்கியது.

நேட்டாலில் உள்ள, இசிபிங்கோ மற்றும் மாவட்டக்கால்பந்து விளையாட்டுக் கழகம் அவரைப் புரவலராக ஏற்றுக் கொண்டது. அமெரிக்காவின் மிச்சிகன் யுளிவர்சிட்டி அவருக்குக் கௌரவ டாக்டர் பட்டம் தந்தது.

க்யூபா நாட்டின் ஹவானா யுனிவர்சிட்டி கௌரவ டாக்டர் பட்டம் வழங்கியது.

இத்தாலியில், பிளாரன்ஸ் மாநகரம் அவரை கௌரவப் பிரஜையாக அங்கீகரித்தது.

ஜோகன்னஸ்பர்க் நகர 'ஸோவேடன்' என்ற பத்திரிகை, தென் ஆப்பிரிக்காவை யார் வழிநடத்திச் செல்ல வேண்டும் என்று வாசகர்களிடம் வாக்கெடுப்பு நடத்தியது. அதில் முதன்மை இடம் மண்டேலாவுக்கே அளிக்கப்பட்டிருந்தது.

லீப்ஸிக் நகரில் உள்ள ஜெர்மன் ஜனநாயகக் குடியாட்சியில் கார்ல் மார்க்ஸ் யுனிவர்சிட்டி அவருக்குக் கௌரவ டாக்டா பட்டம் அளித்தது.

ஜெர்மனியின் பெடரல் நிபப்ளிக், பிரெமென் ஒருமைப் பாடுப் பரிசை அவருக்கு வழங்கியது.

கிரேட் பிரிட்டனில், தேசிய ஆசிரியர்கள் சங்கம் நெல்சன், வின்னி மண்டேலா இருவரையும் சங்கத்தின் கௌரவ உறுப்பினர்களாகத் தேர்வு செய்தது.

நெல்சன் மண்டேலாவின் எழுபதாவது பிறந்த நாள் விழா 1988 ஜூன் 11 ஆம் தேதி, வண்டன் மாநகர் வெம்பிளி ஸ்டேடியத்தில் சிறப்பாகக் கொண்டாடப்பட்டது. அங்கு நிகழ்ந்த இனிய நிகழ்ச்சிகளைக் காண்பதற்கு 72,000 பேர் கூடியிருந்தனர். தொலைக் காட்சியில் ஒளிபரப்பப் பெற்ற விழா நிகழ்ச்சிகளை உலகெங்கனும், அறுபதுக்கு மேற்பட்ட நாடுகளில், பல கோடிப் பேர் கண்டு களித்தார்கள்.

அயர்லாந்தின் டப்ளின் நகரக் குடி உரிமை அவருக்கு அளிக்கப்பட்டது.

சக்காரோவ் பரிசு கொடுக்கப்பட்டது.

வெனிசுலா நாட்டின் காராபோபோ யுனிவர்சிட்டி கௌரவ டாக்டர் பட்டம் தந்தது.

கிரீஸ் நாட்டின் லெவ்காடா மக்கள் சமாதானப்

பதக்கத்தை வழங்கினர்.

ஒன்பது கிரேக்க நகர சபைகள் கௌரவக் குடி உரிமையை அவருக்கு அளித்தன.

இத்தாலியின் பொலோக்னா யுனிவர்சிட்டி, அரசியல் விஞ்ஞானத்துக்கான கௌரவ டாக்டர் பட்டத்தை வழங்கியது.

இத்தாலி நாட்டின் பொலோக்னா நகர சபை கௌரவக் குடிஉரிமையை அவருக்கு அளித்தது.

ஐக்கிய நாடுகள் சபையின் மனித உரிமை நான்காவது பரிசு அவருக்கு வழங்கப்பட்டது.

இந்தியாவில், புது டில்லியில் ஒரு சாலைக்கு 'நெல்சன் மண்டேலா ரோடு' என்ற பெயர் இடப்பட்டது.

நிகரகுவா நாட்டின் ஜனாதிபதி டானியல் ஓர்டெகா நிறுவிய அகஸ்டோ சீசர் சேண்டினோ விருது மண்டேலாவுக்கு அளிக்கப்பட்டது.

ஜிம்பாப்வே நாட்டின் கிவீகிவீ நகர முனிசிபாலிட்டி அந்நகர சபையின் சுதந்திர உரிமையை அவருக்கு வழங்கியது.

அயர்லாந்தில் டிப்பரேரி சமாதானக் கமிட்டியின் சமாதானப் பரிசு தரப்பட்டது.

ஜெர்மனியில் நியூரெம்பெர்க் நகரில் உள்ள 'நியூரெம்பெர்க் பிளாட்ஸ்' என்ற இடப்பெயர் நெல்சன் மண்டேலா பிளாட்ஸ் என்று மாற்றி அமைக்கப்பட்டது.

கனடாவில், டோரன்டோ நகரின் யார்க் யுனிவர்சிட்டி கௌரவ சட்ட டாக்டர் பட்டத்தை

மண்டேலாவுக்கு அளித்தது.

பிரான்சில், கிளேயெஸ்ஸீபோய்ஸ் என்ற இடத்தில் உள்ள சதுக்கத்துக்கு 'நெல்சன் மண்டேலா சதுக்கம்' என்ற பெயர் சூட்டப்பட்டது.

சுரங்கத் தொழிலாளர்களின் தேசிய யூனியன் அவரைத்தங்கள் சங்கத்தின் கௌரவ ஆயுள் காலத் தலைவராக ஆக்கிக் கொண்டது.

ஜிம்பாப்வேயில், ஹராரே நாட்டின் குடி உரிமை அவருக்கு வழங்கப்பட்டது.

மார்ச் 5 ஆம் தேதி ஜிம்பாப்வியல் 'மண்டேலா தினம்' ஆக அறிவிக்கப்பட்டது. அன்று விடுதலை நாளாகத் தீர்மானிக்கப் பட்டது.

1990ஆம் ஆண்டுக்கான லெனின் அமைதிப் பரிசு மண்டேலா வுக்கு அளிக்கப்பட்டது.

அங்கோலா நாட்டின் மக்கள் குடியரசு, அந்நாட்டின் மிக உயர்ந்த விருது ஆகிய டாக்டர் அன்டோனியோ அகாஸ்டின்ஹோ நெட்டோ ஆர்டர் என்பதை அவருக்கு அளித்தது.

நைஜீரியாவின் ஃபெடரல் குடியரசின் உயர் தளபதி விருது வழங்கப்பட்டது.

லிபியா நாட்டின் டிரிப்போலியில், மனித உரிமைகளுக்கான அல் காடபி சர்வதேச விருது அளிக்கப்பட்டது.

எகிப்தில், கெய்ரோ யுனிவர்சிட்டி, அரசியல் விஞ் ஞானத்துக் கான கௌரவப் பட்டத்தை அவருக்கு அளித்தது.

இந்தியாவின் மிக உயர்ந்த விருதான 'பாரத ரத்னா' பட்டம் அவருக்கு வழங்கப்பட்டது.

மலேயா யுனிவர்சிட்டி கௌரவ டாக்டர் பட்டம் அளித்தது.

கேப் டவுணில், பெல்வல்லி நகரில், மேற்கு கேப் நகர யுனிவர்சிட்டி, சட்டத்திற்கான கௌரவ டாக்டர் பட்டம் வழங்கியது.

1991இல் ஜோகன்னஸ்பர்க்கில், விட்வாட்டர்ஸ் ரேண்ட் யுனிவர்சிட்டி கௌரவ டாக்டர் பட்டம் தந்தது.

கார்டே மெனில் மனித உரிமைகள் பரிசு வழங்கப்பட்டது. 1991ஆம் ஆண்டுக்கான யுனெஸ்கோ சமாதானப் பரிசை 1992 ஆம் ஆண்டு பிப்ரவரியில் பாரிஸ் நகரில் அவர் பெற்றார்.

வடபகுதி யுனிவர்சிட்டியின் சான்ஸலர் பதவி அவருக்கு அளிக்கப்பட்டது.

ஃபோர்ட் ஹேர் யுனிவர்சிட்டி கௌரவ டாக்டர் பட்டம் அளித்தது.

செனகல் நாட்டில், டாகார் நகரில் உள்ள ஷேக் அன்ட்டா டியோப் யுனிவர்சிட்டி கௌரவ டாக்டர் பட்டம் வழங்கியது.

ஜோகன்னஸ்பர்க்கில், மியாமி கடற்கரையின் கௌரவ மெடாலியன் விருது தரப்பட்டது.

பாகிஸ்தான், நிஷான்இபாகிஸ்தான் விருதை அளித்தது.

ஸ்பெயின் நாட்டில், ஓவீடோ நகரில், சர்வதேசக் கூட்டுற வுக்கான அஸ்டூரியாஸ் பரிசு மண்டேலாவுக்கு வழங்கப் பட்டது.

'பீப்பிள் ஃபார் தி அமெரிக்கன் வே' பரிசளிப்பு விழாவில் 'ஸ்பிரிட் ஆஃப் லிபர்ட்டி' விருது அவருக்குத் தரப்பட்டது.

*1993*இல், ஜோகன்னஸ்பர்க்கில் கிளீட்ஸ்மன் பவுண்டேஷன் சர்வதேசச் செயல்வீரர் விருது வழங்கப்பட்டது.

பிரசிடென்ட் ஃஎப். டபிள்யுடி கிளெர்க் உடன் சேர்ந்து, மண்டேலா, பிலடெல்பியா லிபர்ட்டி மெடல் அவார்டைப் பெற்றார். பிலடெல்பியாவின் பிரசிடென்ட் ஆன கிளிண்டன் அந்த விருதை வழங்கினார்.

அமெரிக்காவின் ஜியார்ஜியாவில் அட்லன்டா நகரின் கிளார்க் யுனிவர்சிட்டி கௌரவ டாக்டர் பட்டம் அளித்தது.

'அபோஸ்தலிக் ஹுமானிடேரியன் அவார்ட்' விருதை ஜோகன்னஸ்பர்க்கில் அவர் பெற்றார்.

தைவான் நாட்டின் சூச்சௌ யுனிவர்சிட்டி கௌரவ சட்ட டாக்டர் பட்டம் வழங்கியது.

ஜே. வில்லியம் ஃபுல்பிரைட் பரிசு, சர்வ தேச உறவு முறைகளுக்கானது, வாஷிங்டன் நகரில் அவருக்கு அளிக்கப்பட்டது.

பெல்ஜியம் நாட்டில், புருசெல்ஸ் யுனிவர்சிட்டி கௌரவப் பட்டம் அளித்தது.

டிசம்பர் 10ஆம் தேதி, நார்வேயில் ஆஸ்லோநகரில்,

நோபல் அமைதிப் பரிசு வழங்கப்பட்டது.

1994 ஆம் வருடம், 'நியூ நேஷன் / எங்கர் மேன் ஆஃப் தி ஈயர் ஃபிளேம் ஆஃப் டிஸ்டிங்ஷன்' எனும் சிறப்பு மிக்க விருது அளிக்கப்பட்டது.

துணைத்தலைவர்ஃஎப். டபிள்யு டி கிளெர்க் உடன் சேர்த்து, ஆண்டின் சிறந்த செய்திப் படைப்பாளர் (நியூஸ் மேக்கர் ஆஃப் தி ஈயர்) என்ற பெருமைக்குரிய விருதை ஜோகன்னஸ்பர்க் பிரஸ் கிளப் மண்டேலாவுக்கு அளித்தது.

பசி ஒழிப்பு இயக்கத்தின் எட்டாவது ஆண்டு ஆப்பிரிக்கப் பரிசு, பசி ஒழிப்புக்காகப் பாடுபட்ட தலைவர் என்ற தன்மையில் மண்டேலாவுக்கு லண்டன் மாநகரில் அளிக்கப்பட்டது.

மனித உரிமைகள் மற்றும் சகிப்புத் தன்மைக்கான ஆனி ஃப்ராங்க் பதக்கம் ஜோகன்னஸ்பர்க்கில் தரப்பட்டது.

முஸ்லிம் பெண்களின் கூட்டமைப்பு, ஷேக் யூசப் அமைதிப் பரிசை அவருக்கு வழங்கியது.

ஆர்தர் ஏ ஹூக்டன் ஸ்டார் கிரிஸ்டல் அவார்ட் எனும் விருதினை, அப்பிரிக்கா அமெரிக்க

மேன்மைக்கான இன்ஸ்டிட்யூட் இடமிருந்து மண்டேலா பெற்றார்.

ஹோவார்ட் யுனிவர்சிட்டி கௌரவ டாக்டர் பட்டம் வழங்கியது.

நேட்டால் நாட்டில், க்வா ஜூலு வட்டாரத்தில், டோங்காட் நகரின் குடி உரிமையை அவர் பெற்றார்.

‘ஒலிம்பிக் கோல்ட் ஆர்டர்’ எனும் விருதை, சர்வதேச ஒலிம்பிக் கமிட்டியின் தலைவர் ஜுவான் அன்டோனியோ சமரான்ச், கேப் டவுனில், அவருக்கு அளித்தார்.

ஆண்டின் சிறந்த மனிதர் (மேன் ஆஃப் தி ஈயர்) விருதை, தென் ஆப்பிரிக்காவின் கிரேக்க சேம்பர் ஆஃப் காமர்ஸ் அண்ட் இண்டஸ்ட்ரீஸ் அமைப்பு மண்டேலாவுக்கு வழங்கியது.

தென் ஆப்பிரிக்க யுனிவர்சிட்டி கௌரவ டாக்டர் பட்டம் அளித்தது.

கனடா நாட்டில் நடைபெற்ற காமன்வெல்த் நாடுகளின் போட்டி விளையாட்டுக்களில் தென் ஆப்பிரிக்க விளையாட்டு வீரர்கள் பெற்ற ‘காமன்வெல்த் சேம்பியன் ஆஃப் ஹெல்த்’ விருது மண்டேலாவிடம் தரப்பட்டது.

ஆப்பிரிக்க அமைதிப் பரிசு, 1995 இல், டர்பன் நகரில் நடைபெற்ற விழாவின் போது அவருக்கு அளிக்கப்பட்டது.

லிசோதோவில் காட்சே நகருக்குச் செல்லும் ரஸ்தா, ‘நெல்சன் மண்டேலா ரோடு’ எனப் பெயர் பெற்றது.

பிரிட்டோரியாவில், பிரிட்டோரியப் பத்திரிகையாளர்கள் சங்கம், 1994ஆம் ஆண்டுக்கான ஆண்டின் சிறந்த செய்திப் படைப்பாளர் (நியூஸ்மேக்கர் ஆஃப் தி ஈயர்) விருதை அளித்தது.

யூட்டென்ஹேக் நகரின் குடிஉரிமை அவருக்கு வழங்கப்பட்டது.

ஜோகன்னஸ்பர்க்கில், தென் ஆப்பிரிக்க மருத்துவக்

கல்லூரியின் கௌரவ 'ஃபெல்லோஷிப்' வழங்கப்பட்டது.

ஹார்வேர்ட் தொழில் பள்ளியின் ஆண்டின் சிறந்த அரசியல்வாதி' விருது அளிக்கப்பட்டது.

சர்வதேச வழக்கறிஞர்கள் சங்கம் லண்டனில் மனித உரிமைக் கழகம் என்ற அமைப்பைத் துவக்கியது. ஆப்பிரிக்கத் தலைவர் மண்டேலா அந்த அமைப்பின் கௌரவ சேர்மன் ஆக நியமிக்கப்பட்டார்.

1996 ஆம் ஆண்டில், அயர்லாந்தில், டப்ளின் நகரில் உள்ள 'ராயல் காலேஜ் ஆஃப் சர்ஜன்ஸ்' என்ற மருத்துவக் கல்லூரி அவருக்குக் கௌரவ ஃபெல்லோஷிப் வழங்கியது.

இந்தியா, புது டில்லியில், சர்வதேச நீதி மற்றும் ஒருமைப் பாட்டிற்கான இந்திரா காந்தி விருது அளிக்கப்பட்டது.

யூ தான்ட் சமாதான விருது வழங்கப்பட்டது.

பாமாகோ நாட்டின் 'நேஷனல் ஆர்டர் ஆஃப் மாலி' எனும் மாலியின் மிக உயர்ந்த விருது அளிக்கப்பட்டது.

லண்டனில், லண்டன் மாநகரக் குடிஉரிமை தரப்பட்டது.

பிரிட்டனின் பிரிஸ்டல், கேம்பிரிட்ஜ், டிமான்ட்ஃபோர்ட், கிளாஸ்கோ, காலிடோனியன், லண்டன், நாட்டிங்ஹாம், ஆக்ஸ் போர்ட், வார்விக் யுனிவர்சிட்டிகள் மண்டேலாவுக்குக் கௌரவப் பட்டங்கள் அளித்துப் பெருமைப்படுத்தின.

பாரிசில், ஸார்போன்யுனிவர்சிட்டி கௌரவ டாக்டர் பட்டம் வழங்கியது.

ஸ்டெல்லன் பாஸ்க் யுனிவர்சிட்டி கௌரவ டாக்டர் பட்டம் அளித்தது.

ஹீடெல்பெர்க் நகரில், அந்நகரத்தின் குடி உரிமையை அவர் பெற்றார்.

1997 ஆம் வருடம், மணிலாவில், பிலிப்பைன்ஸ் யுனிவர்சிட்டி கௌரவ டாக்டர் பட்டம் அளித்தது.

பீட்டர் மாரிட்ஸ்பர்க் நகரின் குடி உரிமை பெற்றார்.

பிளோயம் ஃபான்டீன் நகரத்தின் குடிஉரிமை அவருக்கு அளிக்கப்பட்டது.

ஸிம்பாப்வே நாட்டின் மத்திய ஹராரே பகுதியில் உள்ள பேக்கர் அவென்யுவின் பெயர் நெல்சன் மண்டேலா அவென்யு என மாற்றி அமைக்கப்பட்டது.

போக்ஸ்பர்க் நகரக் குடி உரிமை பெற்றார்.

பிரிட்டனில், ஆக்ஸ்போர்டு நகரின் குடி உரிமை அவருக்குத் தரப்பட்டது.

தாய்லாந்தில், பாங்காக் நகரில் உள்ள சுலாலாங்கார்ன் யுனிவர்சிட்டி அவருக்குக் கௌரவ டாக்டர் பட்டம் வழங்கியது.

தென் ஆப்பிரிக்காவில், கேப் டவுணில் உள்ள, 'பென்குரியன் யுனிவர்சிட்டி ஆஃப் தி நெகேவ்' என்ற பல்கலைக்கழகம் கௌரவ டாக்டர் பட்டம் அளித்தது.

பிரிடோரியாவில் உள்ள அமெரிக்கன் ஹெல்த் அசோசியேஷன் சிறப்பு விருது அளித்துக் கௌரவித்தது.

எகிப்து நாட்டில், கெய்ரோவில், 'காலர் ஆஃப்தி நைல்' என்ற விருதை பிரசிடெண்ட் ஹோஸ்னி முபாரக்

அளித்தார். ஸ்காட்லாந்தில் எடின்பரோ நகரின் குடிஉரிமை அவருக்கு வழங்கப்பட்டது.

கேப் டவுண் நகரத்தின் உரிமை வழங்கப்பட்டது.

பிரிடோரியாவில், பிரிடோரியா யுனிவர்சிட்டி கௌரவ டாக்டர் பட்டத்தை அவருக்கு அளித்தது.

தெற்கு ஆஸ்திரேலியாவின் யுனிவர்சிட்டியான ஃபோர்ட் ஹேர் யுனிவர்சிட்டி கௌரவ டாக்டர் பட்டம் வழங்கியது.

தென்ஆப்பிரிக்காவின் ஜூலுலாந்து யுனிவர்சிட்டி கௌரவ டாக்டர் பட்டம் அளித்தது.

கார்டிஃப் நாட்டில், கார்டிஃப் நகரம் மற்றும் கார்டிஃப் மாகாணத்தின் குடிஉரிமை வழங்கப்பட்டது.

ஜோகன்னஸ்பர்க்கில் கூடிய தென் ஆப்பிரிக்கக் கம்யூனிஸ்ட் கட்சியின் பத்தாவது தேசிய மாநாட்டின் போது கிறிஸ் ஹனி அவார்ட் அவருக்கு அளிக்கப்பட்டது.

மொரீஷியஸ் யுனிவர்சிட்டி கௌரவ டாக்டர் பட்டம் அளித்தது.

பாஸ்டன் நகரில் ஹார்வர்ட் யுனிவர்சிட்டி கௌரவ டாக்டர் பட்டம் தந்தது.

அமெரிக்காவில், வாஷிங்டன் நகரில், காங்கிரஸ் கட்சியின் தங்கப் பதக்கம் அளிக்கப்பட்டது.

கனடா நாட்டின் மிக உயர்ந்த விருது ஆன 'ஆர்டர் ஆஃப் கனடா' என்பது சூட்டப் பெற்றது.

ஜனநாயகம், மனித உரிமைகள் சுதந்திரம் ஆகியவற்றுக்காக அவர் ஆற்றியுள்ள பணியை

அங்கீகரிக்கும் விதத்தில், ஆப்பிரிக்காவின் 'சுப்ரீம் கவுன்சில் ஆஃப் ஸ்போர்ட்' எனும் அமைப்பு மண்டேலாவுக்குச் சிறப்பு விருது வழங்கியது.

1999ஆம் வருடம், ஜெர்மனியில், பேடன் பேடன் நகரின் சிறப்பு விருதினைப் பெற்றார்.

பிரிட்டோரியாவில் சமாதான ஒருமைப்பாட்டிற்கான விசேஷ விருது வழங்கப்பட்டது.

நெதர்லாந்தில், ஆம்ஸ்டர்டாம் நகரின் தங்கப் பதக்கத்தை அவர்பெற்றார்.

நெதர்லாந்தில், லெய்டன் யுனிவர்சிட்டி கௌரவ டாக்டர் பட்டம் அளித்தது.

டர்பனில், டர்பன் நகரக் குடிஉரிமை பெற்றார்.

மாஸ்கோ நகரில், 'ரஷிய அகாடமி ஆஃப் சயின்ஸஸ்' அவருக்குக் கௌரவ டாக்டர் பட்டம் வழங்கியது.

கேப் டவுணில், உக்ரேனின் மிக உயர்ந்த விருது ஆன 'திஆர்டர் ஆஃப் பிரின்ஸ் யாரோஸ்லாவ் தி ஒய்ஸ்' அளிக்கப்பட்டது.

ஆஸ்திரேலியாவில், கான்பெர்ராவில் கௌரவ 'கம்பானியன் ஆஃப் தி ஆர்டர் ஆஃப் ஆஸ்ட்ரேலியா' என்ற சிறப்பினை மண்டேலா பெற்றார்.

ஜோகன்னஸ்பர்க்கில் 'ஜெஸ்ஸி ஓவன்ஸ் குளோபல் அவார்ட்' விருது வழங்கப்பட்டது.

ஜோகன்னஸ்பர்க்கில் உள்ள ஆப்பிரிக்க மறுமலர்ச்சிக் கழகம் என்ற அமைப்பின் உயரிய கௌரவிப்பை அவர் அடைந்தார்.

காபரோன் நாட்டின் பாட்ஸ்வானா யுனிவர்சிட்டியின் கௌரவ சட்ட டாக்டர் பட்டம் கிடைக்கப் பெற்றார்.

குறிப்பிடத்தகுந்த பொதுநல சேவை புரிந்ததற்கான பேக்கர் இன்ஸ்டிட்யூட் என்ரான் பரிசு, ஹூஸ்டன் நகரில் உள்ள ரைஸ் யுனிவர்சிட்டியால் வழங்கப்பட்டது.

லைடன்பெர்கில், லைடன்பெர்க் நகர உரிமை அவருக்கு அளிக்கப்பட்டது.

ஆஸ்திரேலியாவின் பிரதமர் ஜான் ஹோவார்ட், 'ஆர்டர் ஆஃப் ஆஸ்ட்ரேலியா' விருதை அவருக்கு அளித்தார். இவ் விருது பிரிடோரியாவில் அவருக்கு அளிக்கப்பட்டது.

மனித வர்க்கத்துக்கு மகத்தன சேவை புரிந்துள்ள மதம் மற்றும் அரசியல் தலைவர்களுக்கு ஆண்டு தோறும் வழங்கப் படும் 'டெம்பிள் ஆஃப் அண்டர்ஸ்டேண்டிங் அவார்ட்', கேப் டவுணில், அவருக்கு வழங்கப்பட்டது.

கேப் டவுணில் கூடிய உலக மதங்களின் பார்லிமெண்டில், காந்திகிங் விருது, உலக அகிம்சை இயக்கத்தினரால் அளிக்கப்பட்டது.

2000 ஆம் ஆண்டில், இங்கிலாந்தில் சீமான்கள் அங்கம் வகிக்கும் 'ஹவுஸ் ஆஃப் லார்ட்ஸ்' சபை 'க்வீன்ஸ் கவுன்சில்' எனும் சிறப்பினை அவருக்குச் செய்து மகிழ்ந்தது.

ஸேண்ட்டன் சிறப்புத் தங்கப் பதக்கம் அவருக்கு வழங்கப்பட்டது.

லண்டனில், எத்னிக் மல்டி கல்ச்சுரல் மீடியாவிருது அளிக்கப்பட்டது.

உலக மெதாடிஸ்ட் சபையினரின் சமாதானப் பரிசு லண்டன் நகரில் மண்டேலாவுக்கு வழங்கப்பட்டது.

டென்னஸ்சி, மெம்பிஸ் நகரில், சர்வதேசச் சுதந்திரப் பரிசு தரப்பட்டது.

2001 ஆம் ஆண்டில், இந்தியாவில் புதுடில்லியில் சர்வதேசச் காந்தி அமைதிப் பரிசு வழங்கப்பட்டது.

லீட்ஸ் நகரின் கௌரவ சுதந்திர பிரஜை ஆக அங்கீகரிக்கப்பட்டார்.

கேம்பிரிட்ஜில், மேக்டலின் காலேஜில் கௌரவ உறுப்பினராக ஏற்றுக் கொள்ளப்பட்டார்.

அவரது வீரத்தைப் போற்றும் விதத்தில் ராஜா ஷாகா விருது முதல் முறையாக மண்டேலாவுக்கு அளிக்கப்பட்டது.

கனடாநாட்டில் டோரன்டோவில் உள்ள பார்க் பப்ளிக் ஸ்கூல் பெயர் மண்டேலா பார்க் பப்ளிக் ஸ்கூல் என்று புதுப்பிக்கப்பட்டது.

கனடாவில், டோரன்டோவின் ரையர்சன் யுனிவர்சிட்டி கௌரவ சட்ட டாக்டர் பட்டம் அளித்தது.

கனடா நாட்டின் கௌரவக் குடி உரிமை அவருக்கு வழங்கப்பட்டது.

ஃபிரீ ஸ்டேட் யுனிவர்சிட்டி கௌரவ டாக்டர் பட்டம் அளித்தது.

டெக்னிக்கான் ஃபிரிஸ்டேட் தொழிற் கல்விக்கான கௌரவப் பட்டத்தை அவருக்கு வழங்கியது.

ஜோகன்னஸ் பர்க்கில் உள்ள தென்ஆப்பிரிக்க மனித உரிமை கமிஷன் அமைப்பு, மனித உரிமைகளுக்காகப் பாடுபட்ட ஆயுள்காலச் சாதனைக்குரிய விருதை அளித்தது.

2002இல், தென்ஆப்பிரிக்காவில், கிரகாம்ஸ்டவுனில் உள்ள ரோட்ஸ் யுனிவர்சிட்டி, கௌரவ சட்ட டாக்டர் பட்டம் தந்தது.

தென்ஆப்பிரிக்காவில், கனா யுனிவர்சிட்டி கௌரவ டாக்டர் பட்டம் அளித்தது.

நெதர்லாந்தில், மிடில்பர்க் நகரில், பிராங்க்ளின் டிலானோ ரூஸ்வெல்ட் சுதந்திரப் பதக்கம் மண்டேலாவுக்கு வழங்கப்பட்டது.

அமெரிக்காவின் மிக உயர்ந்த சிவிலியன் விருது ஆன 'பிரசிடென்ஷியல் மெடல் ஆஃப் பிரீடம்' அவருக்கு அளிக்கப்பட்டது. அமெரிக்க ஜனாதிபதி ஜியார்ஜ் புஷ், வாஷிங்டன் நகரில் அதை அளித்தார்.

கறுப்பின மக்களின் முன்னேற்றத்துக்காகப் பாடுபடும் தேசியக் கழகம் என்ற அமைப்பு, குழந்தைகளுக்கான மிகச் சிறந்த இலக்கியப் படைப்புக்கான விருதை 2003 ஆம் ஆண்டில் மண்டேலாவுக்கு வழங்கியது.

இந்த விதமாகச் சொந்த நாட்டிலும், உலகத்தின் இதர பல நாடுகளிலும் நெல்சன் மண்டேலா மக்களாலும் பல்வேறு அமைப்புகளாலும் போற்றிக் கவுரவிக்கப்படும் பெருமையைப் பெற்ற மாமனிதராக விளங்குகிறார்.

வரலாற்றில் இடம் பெற்றுள்ள வேறு எந்தத் தலைவருக்கும் கிட்டாத வரவேற்பும் கௌரவிப்பும் உலகம் எங்கும் மண்டேலாவுக்குக் கிடைத்து

வந்திருப்பதை அவரது வரலாறு காட்டுகிறது.

மக்களின் உரிமைகளுக்காகவும் மனித வர்க்கத்தின் முன்னேற்றத்துக்காவும், தன்னலம் துறந்து அயராது பாடுபட்ட இலட்சியவாதி நெல்சன் மண்டேலா அவ்வழியில் பாடுபடத் துணியும் வீரர்களுக்கு வழிகாட்டும் ஒளிச் சுடராகத் திகழ்கிறார். வாழ்க மண்டேலா.